சோ. தர்மனின் இயற்பெயர் சோ. தர்மராஜ் (1953). இவரின் புனைவுலகம் அடித்தள மக்களைச் சார்ந்தது. ஆனால் கழிவிரக்கமோ அரசியல் சீற்றமோ அற்றது. இந்தத் தனித்தன்மையே அவரை முக்கியமான படைப்பாளியாக ஆக்குகிறது. வௌவால் தேசம், பதிமூனாவது மையவாடி, தூர்வை, கூகை, சூல் என ஐந்து நாவல்களும், நீர்ப்பழி (முதல் 68 கதைகள்), அன்பின் சிப்பி ஆகிய சிறுகதைத் தொகுப்புகளும், ஓர் ஆய்வு நூலும் இதுவரை வெளிவந்துள்ளன. சூல் நாவல் சாகித்ய அகாடமி 2019, மனோன்மணியம் சுந்தரனார் பல்கலைக்கழகம், ஆனந்த விகடன், சுஜாதா அறக்கட்டளை ஆகிய நான்கு அமைப்புகளிடமிருந்து விருதுகளைப் பெற்றிருக்கிறது. பிற படைப்புகளுக்காகத் தமிழ்நாடு அரசு, கனடா இலக்கியத் தோட்டம், கதா, இலக்கியச் சிந்தனை, வி.ஆர். கிருஷ்ணய்யர் அறக்கட்டளை போன்ற அமைப்புகளும் விருதுகளை வழங்கி யிருக்கின்றன. தர்மனின் படைப்புகள் பல இந்தி, மலையாளம், ஆங்கிலம் ஆகிய மொழிகளில் மொழிபெயர்க்கப்பட்டுள்ளன. அண்மையில் கூகை நாவலை ஆக்ஸ்போர்டு யுனிவர்சிடி பிரஸ் ஆங்கிலத்திலும் சிந்தா பதிப்பகம் மலையாளத்திலும் மொழி பெயர்த்திருக்கின்றன. இவருடைய படைப்புகள் பல கல்லூரிகளில் பாடத்திட்டத்தில் இருக்கின்றன; பலர் ஆய்வுகளைச் செய்துள்ளனர். சூழலியல் குறித்து ஆர்வலர்களிடமும் மாணவர்களிடமும் உரை யாடுவதில் மிகுந்த ஆர்வமுடைய தர்மன், பஞ்சாலைத் தொழிலாளியாக இருபது ஆண்டுகள் பணியாற்றினார். விருப்ப ஓய்வில் வெளிவந்த பிறகு, முழுநேர எழுத்தாளராக, தூத்துக்குடி மாவட்டம் கோவில்பட்டியில் வசிக்கிறார்.

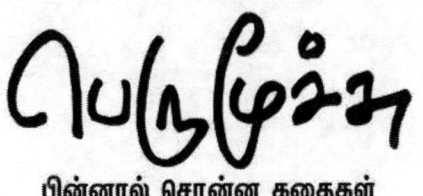

பெருமூச்சு

பின்னால் சொன்ன கதைகள்

சோ. தர்மன்

அடையாளம்

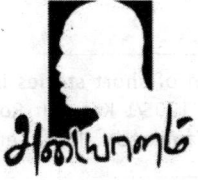

முதல் பதிப்பு 2023

© சோ. தர்மன்

வெளியீடு: அடையாளம், 1205/1 கருப்பூர் சாலை, புத்தாநத்தம் 621310, திருச்சி மாவட்டம், இந்தியா, தொலைபேசி: 04332 273444, 9444 77 2686

நூல் வடிவம்: த பாபிரஸ், அச்சாக்கம்: அடையாளம் பிரஸ், இந்தியா

ISBN 978 81 7720 356 1

விலை: **₹ 140**

Perumoochu is a collection of short stories in Tamil by Cho. Dharman, Published by Adaiyaalam, 1205/1 Karupur Road, Puthanatham 621310, Thiruchirappalli District, Tamilnadu, India, email: info@adaiyaalam.net

பெரும் மழை வெள்ளத்தில்
மரித்துப்போன அனைத்து உயிர்களுக்கும்

பொருளடக்கம்

	என்னுரை	ix
1	தானம்	1
2	உயிர்கள்	9
3	தாகம்	18
4	ஊமைக் காயங்கள்	26
5	பிடிசாதனை	32
6	எகத்தாளம்	40
7	சித்தன்	47
8	கவலைகள்	55
9	தாழம்பூ	62
10	காவல்	68
11	போலிகள்	74
12	சமர்த்தி	84
	மைதானம் *(குறுநாவல்)*	90

என்னுரை

தமிழ் இலக்கியப் பரப்பில் கவிதைக்கென்று ஒரு நீண்ட வரலாறு இருப்பது மாதிரி உரைநடை இலக்கியத்திற்குப் பெரிய அளவில் வரலாறுகள் கிடையாது. ஆனாலும் உரைநடை எழுத்துகள் சிலாகிக்கப்படுகின்ற அளவுக்குக் கவிதைகள் பேசப்படுகிறதா என்றால் இல்லை என்றுதான் சொல்வேன். என்னைப் பொறுத்த வரையில் தமிழ் இலக்கிய வகைமைகளில் சிறுகதை எழுதுவ தென்பதே சிரமம் என்று சொல்வேன். அனைத்து வகையான இலக்கண விதிமுறைகளையும் தன் இஷ்டத்திற்கு வளைத்துக் கொண்டபடியால், இன்று கவிதை எழுதுபவர்களின் எண்ணிக்கை தமிழக மக்களின் ஜனத்தொகையில் ஏறத்தாழ எழுபது சதம் இருக்கும் என நினைக்கிறேன். முகநூலில் நாலுவரி எதையாவது எழுதிவிட்டு கவிஞர் என்று தனக்குத்தானே மகுடம் சூட்டிக் கொள்கிறார்கள்.

என்னைப் பொறுத்த வரையில் கவிதை என்றால் அமைதி, ஆர்ப்பாட்டம் இல்லாது மனசை ஊடறுத்து உள் இறங்கி படிந்து போவது. அடுத்து, கவிதை என்றால் காலவெளி அற்றது. எக்காலத்திற்கும் பொருந்திப் போவது. வினாடிக்கு ஒன்று நிமிடத்திற்கு ஏழு என்று உற்பத்தி செய்வதல்ல கவிதை. நெஞ்சின் அடியாழத்திலிருந்து எதுக்களித்துக் கொப்பளித்துப் பீசிட்டு, பின்னர் வெற்றிடமாக அரவமின்றி ஆக்ரமித்துக்கொள்ள வேண்டும். நம் நெஞ்சின் அடியாழத்திலிருந்து ஓர் ஆழ்ந்த பெருமூச்சோ, ஒரு சிறு புன்னகையோ வெளிப்பட்டு கவிதை நம்முள் படிய வேண்டும். காதல் கவிதை எழுதுகிறேன் என்று காமத்தை எழுதிக் குவிக்கிறார்கள். ஏனெனில் கவிதையில் காமத்தை எழுத வார்த்தைகள் போதும், ஆனால் காதலை எழுத வார்த்தைகள் மட்டும் போதாது, ஏனெனில் காதல் வார்த்தைகளற்றது.

சிறுகதைக்கென்று சில இலக்கண விதிமுறைகள் உண்டு. சிறுகதை எழுதுபவர்களுக்கான ஓர் உயர் விதியாக அனைவரும் மேற்கோள் காட்டும் ஒரு வாசகம், 'நீ சிறுகதை எழுதும் போது சுவரில் ஒரு துப்பாக்கி மாட்டப்பட்டிருந்தது என்று எழுதி விட்டால், அந்தச் சிறுகதை முடியும் முன்னர் அந்தத் துப்பாக்கி வெடித்திருக்க வேண்டும்; இல்லையென்றால் நீ அதை எழுதி யிருக்கக்கூடாது.'

இதே போல் இன்னொரு விதியையும் குறிப்பிடுவார்கள். 'சிறுகதை எழுதுவது நூறு மீட்டர் ஓட்டப்பந்தயம் போன்றது, ஆரம்பம் முதல் முடியும்வரை ஒரு வினாடி தாமதித்தாலும் ஒரு எட்டில் தோற்றுவிடுவாய், அது மாதிரி எப்படி ஆரம்பிக்கிறாயோ அதே வேகத்தில் முடிக்க வேண்டும்.' முதுபெரும் எழுத்தாளர் கி. ரா. சொல்வார், 'சிறுகதை எழுதுவதென்பது நன்கு விளைந்த காட்டில் போகிற போக்கில் சடக்கென்று ஒரு 'பூட்டையை' (கதிர்) பிடுங்கி கசக்கித் தின்றுவிட்டு போகிற மாதிரி, ஆனால் நாவல் எழுதுவது நடவு செய்து, நீர் இறைத்து, உரங்கள் போட்டு, களையெடுத்துப் பயிர் விளைவித்து மகசூல் எடுப்பது மாதிரி' என்பார்.

தமிழ் இலக்கியப் பரப்பில் நாவல் எழுதி சாதித்தவர்களைவிட சிறுகதைகள் எழுதி சாதித்தவர்களே அதிகம் என்பேன். புதுமைப் பித்தன், கு. அழகிரி சாமி, மௌனி, லா. சா. ரா, கு. ப. ராஜகோபாலன் போன்றோரைக் குறிப்பிடலாம். இன்றைக்கும் அவர்கள் எழுதிய புகழ் பெற்ற சிறுகதைகள் தமிழகத்தின் ஏதாவது ஒரு மூலையில் தொழிற்படுகின்றன, எடுத்தாளப்படுகின்றன. ஒவ்வொரு முறை வாசிக்கும் போதும், அப்படியே இப்போதுதான் எழுதியது மாதிரி காலத்தை எதிர்த்து நிற்கின்றன.

என்னுடைய நாற்பத்து மூன்று ஆண்டு கால இலக்கியப் பணியில் வெறும் எண்பத்து ஆறு சிறுகதைகளே எழுதியிருக் கிறேன். அதாவது ஒரு வருடத்திற்கு இரண்டு கதைகள் என்ற விகிதத்தில். முதல் அறுபத்து எட்டுச் சிறுகதைகள் நீர்ப்பழி என்ற பெயரில் புத்தகமாக வெளிவந்த பின்னர் நான் நாவல்கள் எழுதுவதில் கவனம் செலுத்தத் தொடங்கினேன். ஆனாலும் அவ்வப்போது சில பத்திரிகைகள் பொங்கல் மலர், தீபாவளி மலர்,

தமிழ்ப் புத்தாண்டு சிறப்பிதழ் என்று கொண்டு வரும் போது என்னிடம் சிறுகதைகள் கேட்டு வாங்கி பிரசுரம் செய்தன.

அவ்வாறு வெளிவந்த பன்னிரெண்டு சிறுகதைகளும் ஒரு குறுநாவலும் இப்போது நூல் வடிவம் பெறுகின்றன. இதில் ஒரு பெரிய விசேஷம் என்னவென்றால் இந்த நாற்பத்து மூன்று ஆண்டுகால இலக்கியப் பணியில் நான் எழுதிய ஒரே ஒரு காதல் கதை இந்தத் தொகுப்பில் இடம்பெற்றிருக்கிறது. கதையின் பெயர் பிடிசாதனை.

அதே மாதிரிதான் குறுநாவலும். கனடாவில் உள்ள ஓர் இலக்கிய அமைப்பு உலகளாவிய குறுநாவல் போட்டி ஒன்றை நடத்தியது. அந்தப் போட்டியில் இரண்டாம் பரிசைப் பெற்றது என்னுடைய மைதானம் என்கிற குறுநாவல். ஒவ்வொரு நகரத்திலும் இருக்கிற மைதானங்கள் வெறுமனே விளையாட்டுக்கள் விளையாடும் இடங்கள் மட்டுமல்ல. ஒவ்வொரு மைதானமும் தனக்குள் ஒரு பெரிய வரலாற்றை வைத்திருக்கின்றது என்பதைச் சொல்லும் ஒரு குறுநாவல். இந்தக் குறுநாவலைப் படித்து முடித்த பின்னால் ஒவ்வொரு மைதானத்தையும் வெறுமனே விளையாடும் இடமாகப் பார்க்காமல் பெரும் வரலாற்றைச் சுமந்துகொண்டு இருக்கும் வேறொரு இடமாகப் பார்க்கத் தூண்டும். பல வரலாறுகள் மறைக்கப்பட்டாலும் மைதானங்கள் அவற்றைப் பாதுகாப்பாய் வைத்திருக்கின்றன.

எவ்வளவோ கஷ்டங்கள் ,சோதனைகள் வந்தாலும் அதற்காக நம் முன்னோர்கள் கடைப்பிடித்த 'அற உணர்வுகளை' எப்படிக் காப்பாற்றி நம் மனசில் நிற்கிறார்கள் என்பதை வலியுறுத்தும் கதைகள் இவை. தன் குடும்பக் கெளரவத்தைக் காப்பாற்றிக் கொள்வதற்காக தான் பெற்ற மகள் என்றும் பாராமல் கொலை செய்யும் தகப்பன், நீ சொல்கின்ற பொய் நன்மை பயக்கும் என்றால் நீ சொன்ன பொய்க்காக வருந்தத் தேவையில்லை என்ற குறளுக்கு ஏற்ப தீர்ப்பெழுதும் நீதிபதி, பிரசவத்தில் அதிக இரத்தப்போக்கு ஏற்பட்டு மயக்க நிலையில் இருக்கும் ஏழைப் பெண்ணுக்கு அபூர்வ வகை மாதிரி இரத்தம் கிடைப்பதற்காக தினமும் அழும் டாக்டர், நிராயுதபாணியாக திக்கற்ற நிலையிலும் தன் மூன்று பேரப் பிள்ளைகளை வளர்த்து ஆளாக்கிய சாமர்த்தியப்

பாட்டி, பெற்ற மகன்கள் கஞ்சி ஊற்றாமல் கைவிட்டபோது உங்கள் கண் முன்னாலேயே பிச்சை எடுத்து உங்களைக் கேவலப்படுத்துவேன் என்று சபதமேற்று வாழ்ந்து மடிந்த மூதாய் என்று இன்னும் பல விசித்திரமான பாத்திரங்களை தரிசிக்கலாம்.

என்னுடைய அனைத்துப் புத்தகங்களையும் அச்சிட்டு வெளியிட்டு வரும் அடையாளம் பதிப்புக் குழுவினருக்கு நன்றியும் அன்பும்.

சோ. தர்மன்

பெருமூச்சு

1

தானம்

அந்த ஊரின் அமைப்பே அப்படி அமைந்துவிட்டது. சரிபாதி ஊர் மேட்டிலும் மறுபாதி ஊர் பள்ளத்திலும் வடக்கேயிருந்து தெற்கு நோக்கிப் போகும் சாலைகள் எல்லாம் செங்குத்தாக செல்லும். ஊரின் முக்கிய அலுவலகங்கள் அனைத்தும் மேட்டுப் பகுதியில் தான் அமைந்திருந்தன. அரசு மருத்துவமனை, நகராட்சி அலுவலகம், தாலுகா யூனியன் அலுவலகங்கள், சப்கலெக்டர் அலுவலகம், மூன்று காவல் நிலையங்கள், நீதிமன்றங்கள் இவை போக அவ்வூரின் பிரசித்தி பெற்ற அருள்மிகு பூவநாதசாமி உடனுறை செண்பகவல்லியம்மன் கோயிலும் மேட்டுப் பகுதியில் தான். ஜனங்கள் கூட்டம் கூட்டமாய் மேடேறிப் போய்க் கொண்டிருந்தார்கள். நடந்து சென்று கோயிலை தரிசிக்க வேண்டுமென்றால் மூன்று திசையிலும் உள்ள படிக்கட்டுகளைத் தான் பயன்படுத்தவேண்டும். மேற்குப் பகுதி படிக்கட்டும், நடுப்பகுதி படிக்கட்டும் கோயிலின் மைதானத்தில் போய் முடியும். கிழக்குத்திசைப் படிக்கட்டு தெப்பத்தின் வாகரையில் ஆரம்பித்து நேரடியாக கோயிலின் முன்னால் போய் முடியும். இந்தப் படிக்கட்டு வழியே ஏறி அம்பாளை தரிசிக்கச் செல்பவர்கள், நிச்சயமாக பாவாடையம்மனை தரிசிக்காமல் போக முடியாது.

பாவாடையம்மன் என்றவுடன் ஏதோ சிறுதெய்வம், கற் சிலையாக இருக்கும் என்று நீங்கள் நினைத்தால் அது தவறு. படிக்கட்டின் ஓரமாக வயிற்றைத் தள்ளிக்கொண்டு பாவாடையும், கை வைத்த சட்டையுமாக ஒருத்தி உட்கார்ந்திருப்பாள், அவள் தான் பாவாடை. எப்பப் பார்த்தாலும் நிறை சூலியாகவே இருப்பாள். அவளுக்கான ஒரே உறவு அவள் வயிற்றுக்குள்

வளரும் சிசு மட்டுமே. அதற்காகத்தானோ என்னவோ அவள் எப்போதும் உறவுடன் இருந்தாள். பாவாடைக்காரி என்று மட்டுமே ஜனங்கள் அழைத்தார்கள். மற்றப்படி அவள் யார், எங்கிருந்து வந்தாள், அவளுடைய பெயர் என்ன, அவளுடன் தங்கியிருக்கும் நெற்றி நிறைய பட்டை பட்டையாய் திருநீறு பூசியிருக்கும் அந்தக் கிழவன் யார் என்றோ யாருக்கும் தெரியாது. கோவில் பக்கத்தில் தெப்பத்தின் படிக்கட்டில் வாசம் செய்யும் அவளுக்கு செண்பகவல்லியம்மனின் பரிபூரண அருள் கிடைத்த படியே இருந்தது, இல்லாவிட்டால் எப்போதும் நிறை சூலி யாகவே காட்சி தரும் வரம் பாவாடைக்குக் கிட்டுமா என்ன?

அருள்மிகு பூவனநாதசாமி உடனுறை செண்பகவல்லியம்மன் கோவில் பன்னிரெண்டாவது ஆண்டாக எங்களை வரவேற்றது. நானும் என் மனைவி மகள் செம்பா வழிபாடு முடிந்து வெளியே வந்தபோது அதிகாலை வெய்யில் ஏறிக்கொண்டிருந்தது. தெப்பத்தின் படிக்கட்டில் தெப்பத்தைப் போலவே நிறை சூலியாய் பாவாடையம்மாள். வருடா வருடம் நாங்கள் அவளை சந்திப்பதும், என் மகளை ஆசீர்வதிக்கச் சொல்வதும், துணி எடுத்துக்கொள்ள சிறிது பணம் கொடுப்பதும் பன்னிரெண்டு வருஷங்களாக தொடரும் நிகழ்வுகள். என் மகள் செம்பாவைப் பெற்றதாய் பாவாடை என்றோ, தான் பாவாடையின் மகள் என்றோ என் மகளுக்குத் தெரியாது. பாவாடைக்கும் தெரியாது. எனக்கும் என் மனைவிக்கும் மட்டுமே தெரிந்த பரம ரகசியம். இன்னும் இருவருக்குத் தெரியும். பூவனநாதருக்கும் செண்பக வல்லித் தாய்க்கும். அவர்களுக்குத் தெரியாமல் அணுவும் அசையுமா என்ன? தெப்பத்தில் வசிக்கும் தவளைகளுக்கும், மீன் களுக்கும்கூட தெரிந்திருக்கலாம். படிக்கட்டில் ஜனித்தவள்தானே.

சரியாக பன்னிரெண்டு ஆண்டுகளுக்கு முன் இதே நாளில் குழந்தை வரம் கேட்டு நானும் என் மனைவியும் செண்பக வல்லியம்மனை தரிசிக்க வந்தபோது பூக்காரி வெயிலாச்சியின் மூலமாக இந்தக் குழந்தை எங்களுக்குக் கிடைத்தது. குழந்தை வரம் வேண்டித்தான் செண்பகவல்லியம்மனை தரிசிக்க வந்தோம். ஆனால் குழந்தையையே கொடுத்து வழியனுப்பி வைத்தாள் செண்பகவல்லித்தாய். வெயிலாச்சியிடம் குழந்தையைப் பெற்றுக் கொண்ட இதே நாள்தான் அவள் பிறந்தநாள்.

குழந்தையை எங்களிடம் ஒப்படைத்து பூக்காரி சொன்ன வார்த்தைகள் இன்னும் எங்கள் காதுகளில் ஒலித்துக்கொண்டே இருக்கின்றன.

'சல்லிக்காசு வேண்டாம்ய்யா கொழந்தைக்கு செண்பகவல்லித் தாயோட பேர வைக்கனும், இது நாலாவது, ஆம்பளனா செண்பகராசு, பொம்பளனா செண்பகவல்லி.'

'தாய் தகப்பன் ஆருனு தெரிஞ்சுக்கிறலாமா'

'அடுத்த வருஷம் கோயிலுக்கு வாங்க அப்ப அம்மா அப்பாவ ஆருனு காட்டுறேன்'

மறுவருஷம் குழந்தையுடன் நாங்கள் போனபோது பூக்காரி வெயிலாச்சியை சந்திக்கத் தவறவில்லை. நாங்கள் விஷயத்தைச் சொல்லி எங்களை அறிமுகப்படுத்திக்கொண்ட பிறகே எங்களை அடையாளம் கண்டுகொண்டாள். அவளைப் பொறுத்தவரையில் பாவாடை பெற்றுத் தரும் குழந்தையை, பூச்சரம் கொடுப்பது போல் கொடுப்பது மட்டுமே.

'குழந்தைக்கு என்ன பேரும்மா வச்சிருக்கீக'

'நீங்க சொன்னது மாதிரியே செண்பகவல்லி, செம்பானு செல்லமா கூப்பிடுறோம்'

'ரொம்ப சந்தோஷம் அய்யா'

'தாயி... இந்தக் குழந்தைக்கு அம்மா அப்பா யாருனு தெரிஞ்சுக் கிறலாமா'

'அம்மாவ காட்டுவேன், ஆனா ஒரு கண்டிஷன், இந்தக் கொழந்தை அவளோட கொழந்தைனு தெரிஞ்சிரக்கூடாது. சம்மதம்னா அம்மாவைக் காட்டுறேன்'

பூக்காரியின் வேண்டுதலுக்கு ஒப்புக்கொண்டு சம்மதித்தோம். ஒரு வித பரபரப்போடு இருந்தோம். தன் முன்னால் பந்து பந்தாக சுருட்டி வைத்திருந்த பூப்பந்துகளில் தண்ணீர் தெளித்துவிட்டு, சிரித்த முகமாக கோயில் வாசலிலிருந்து தெப்பத்தின் படிக்கட்டு களில் வேகமாக கீழே இறங்கிப் போனாள். சற்று நேரத்துக் கெல்லாம் அவளும் நிறை சூலியாக ஒரு தாயும் வந்தார்கள்.

'யேய்... பாவாடை, இவங்க தேனியிலிருந்து நம்ம கோயிலுக்கு சாமி கும்பிட வந்திருக்காக, கொஞ்சம் பழம், சேல துணிமணிக

யாருக்காவது தர்மம் பண்ணலாம்னு கொண்டாந்திருக்காக வாங்கிக்கோ’

புன்சிரிப்புடன் பழங்களையும் சேலையையும் பெற்றுக் கொண்டாள் பாவாடை. பூக்காரி சட்டென்று எழுந்துவந்தாள். அவள் கைகளில் திருநீறு பாக்கெட்.

‘இந்தா, திருநீறு, இந்தக் கொழந்த நல்லாயிருக்கணும்னு கும்பிட்டு பூசிவிடு’

கைகளில் திருநீற்றை வாங்கிய பாவாடை செண்பக வல்லியம்மன் கோவில் கோபுரத்தை நோக்கிக் கும்பிட்டாள். திருநீற்றைத் தன் கண்களில் ஒற்றிக்கொண்டாள்.

‘நல்லாயிரு கொழந்தே, பெரிய ஆளா வரணும்’

அவள் வயிற்றைத் தள்ளிக்கொண்டு நாங்கள் கொடுத்த சேலை, பழங்களை வாங்கிக்கொண்டு படிகளில் இறங்கிப்போய்க் கொண்டிருந்தாள். அவள் போன பின்பு கவருக்குள் வைத்திருந்த கணிசமான பணத்தை எடுத்துப் பூக்காரியிடம் நீட்டினேன்.

‘என்னது ஐயா’

‘கொஞ்சம் பணம்’

‘எதுக்கு’

‘இந்தக் கொழந்தை குடுத்ததுக்கு’

ஏதோ விஷ ஜந்துவைத் தொட்டுவிட்டதைப் போல் கைகளை வெடுக்கென்று எடுத்துக்கொண்டாள்.

‘இங்க, கேளுங்கய்யா, பெத்த தாயே, ஒரு பைசா வாங்கக் கூடாதுனு சொன்னப் பிறகு, நான் வாங்கினால் அது பாவ மில்லையா, இந்த செண்பகவல்லித் தாயி, என் கண்ணக் கெடுத்துறமாட்டாளா’

‘சரிம்மா, புருஷன் குடும்பம் இல்லையா’

‘கூட ஒரு நடக்க முடியாத கெழவன் இருக்கான். வேற யாரும் கெடையாது. அவனையும் இவதான் கவனிக்கா’

‘சாப்பாட்டுக்கு என்ன செய்றாங்க’

‘அந்தப் படித்துறை கல்மண்டபம்தான் இருக்கிற இடம். செண்பகவல்லி கோயில்ல குடுக்கிற உண்டிச்சோறு, மத்தியானம் ஜெயலலிதா அம்மா புண்ணியத்துல குடுக்கிற அம்மா உணவகச்

சோறு, அவ்வளவுதான்'

'கொழந்தைக்கு தகப்பன் வேணுமில்ல அது யாரும்மா'

'என்கிட்ட மட்டும்தான் பேசுவா. நூறாட்ட கேட்டுப் பார்த்தாச்சு, சொல்ல மாட்டா, ஒரே பதில்தான் சொல்லுவா, செண்பக வல்லித்தாய் குடுக்கா, நான் பெத்துத்தாரேன், நீ யார்கிட்டயாவது குடுத்திரு, பணம் வாங்கக் கூடாது, யாருகிட்ட கொழந்தையைக் குடுத்திருக்கேங்கிற விவரத்தையும் நீ சொல்லவும் கூடாது, கேக்கவும் கூடாது, கொழந்தை இல்லைனு வர்ரவங்ககிட்ட குடுத்திரு, எந்த ஊர்னுகூட கேக்கக் கூடாது'

'ஏன் பாவாடை அப்படிச் சொல்றே'

'எனக்கு உறவுகள் தேவையில்லை. நான்தான் அம்மானு என் குழந்தைகளுக்குத் தெரியவே கூடாது, ஏம்னா அப்பா யாருனு கேட்டா, நான் என்ன பதில் சொல்ல, என்னைப்பற்றி என்ன நினைக்கும் என் கொழந்தே, அதனால வேண்டவே வேண்டாம், எனக்கு இப்படி இருக்கிறது புடிச்சிருக்கு'

பாவாடை வருடம் தவறாமல் குழந்தை பெறுவதால் ஒழுக்கம் கெட்டவள் என்று சொல்லி கோவில் நிர்வாகம் பல தடவை இந்தப் படித்துறையைவிட்டே விரட்டியது. இந்தப் பக்கமே வரக்கூடாது என்று சொல்லியது. இரண்டு மூன்று மாசங்கள்தான் திரும்பவும் இங்கேயே வந்துவிடுவாள். எப்படி செண்பகவல்லியம்மன் கோவில் தெப்பம் கெத்கெத் என்று நிரம்பி வழிகிறதோ அதே போல் அவள் வயிறு எப்போதும் தெப்பத்தைப் போலவே நிறைந்திருந்தது. கோவிலைச் சுற்றித் திரியும் சினையுற்ற பசுக்களைப் போல் அவளும் செண்பகவல்லியம்மன் கோவிலை வலம் வந்தாள்.

நாங்கள் பூக்காரியிடம் விடைபெறும் போது அவள் சொன்ன வார்த்தைகள் எங்கள் செவிகளில் ஒலித்துக்கொண்டே இருந்தன.

'என் குழந்தைகளை வாங்கிச் செல்கிறவர்கள் யாரென்றோ, அவர்கள் எங்கே எந்த ஊரில் வளர்கிறார்கள் என்றோ எனக்குத் தெரியக்கூடாது. நான் ஒரு முழு அநாதையாகச் சாக வேண்டும். குழந்தை பாக்கியம் இல்லாத பெண்களின் மனசில் நான் வாழ வேண்டும். எத்தனை குழந்தைகள் பெத்துக் குடுக்க முடியுமோ குடுத்துட்டு அந்த செண்பகவல்லித் தாயின் காலடியில் போய்ச்

சேரவேண்டும்'

அதே போல் பூக்காரி எங்களிடம் பேரையோ, ஊரையோ கேட்கவில்லை. உங்களிடம் மட்டுமே இந்தக் குழந்தைக்குத் தாய் இன்னார் என்று அறிமுகம் படுத்தியிருக்கேன் என்று சொன்னாள். அதிலிருந்து வருடா வருடம் எங்களுக்குக் குழந்தை பெற்றுத் தந்த செண்பகவல்லியம்மன் கோவிலுக்குத் தவறாமல் போய் வருகிறோம். பாவாடை என் குழந்தையை ஆசிர்வதித்து திருநீறு பூசுகிறாள். அடுத்தடுத்த வருடங்களில் எங்கள் குழந்தை பாவாடையை யாரென்று கேட்கத் தொடங்குகிறது. பொய் சொல்லித் தப்பிக்கிறோம். உண்மை தெரிந்துவிடக்கூடாதென்று பயப்படுகிறோம். என்னைக்காவது உண்மையைச் சொல்லித்தானே ஆகவேண்டும் என்று வருந்துகிறோம்.

எங்கள் குழந்தை செம்பாவுக்குப் பதிமூன்று வயசு. ஒவ்வொரு வருடமும் தவறாமல் செண்பகவல்லியம்மனை வழிபடுகிறோம். பூக்காரியை சந்திக்கிறோம். பாவாடை என் குழந்தையை ஆசிர்வதித்து திருநீறு பூசிவிடுகிறாள். இதோ எங்கள் கார் நிற்கிறது. எங்களைப் பார்த்தவுடன் சிரித்த முகமாக ஓடிவந்து செம்பாவைக் கட்டிக்கொண்டு முத்தமிட்டு தானே தொடுத்த பூச்சரத்தை அவள் தலையில் சூடி புளகாங்கிதமடையும் பூக்காரி இன்று மௌனமாக இருக்கிறாள். அவள் முகத்தில் சுரத்தே இல்லை.

'என்னம்மா, உடல் நலமில்லையா, ரொம்ப சோகமா இருக்கீகளே, இப்படி இருக்க ஒரு நாளும் பாக்கலையே'

நிசப்தம். மௌனம். பூக்காரியின் கன்னங்களில் கண்ணீர் வழிகிறது. சத்தமில்லாத ஒரு விம்மல். அந்த அழுகை பெண்களுக்கே உரிய சீதனம். அழுகையுடன் வார்த்தை மெல்ல அரைகுறையாய் வருகிறது.

'பாவாடை செத்துப் போச்சும்மா'

என் முகத்திலும் என் மனைவியின் முகத்திலும் சோகம் படர்கிறது. என் மகள் செம்பா எங்கள் மூன்று பேருடைய முகங்களையும் உற்றுப் பார்க்கிறாள். ஆம், செம்பாவின் நிஜ அம்மா காலமாகிவிட்டாள். நிழல் அம்மாதான் இங்கே நிற்கிறாள்.

'எப்படி தாயி இறந்தா, போன வருஷம் பாக்கும் போது

நல்லாத்தானே இருந்தா'

'நெற மாசம், வயிறு வலிக்கல, ஒன்னும் சொல்லவும் இல்ல, இலேசா வயித்து வலின்னு சொன்னாக்கூட நான் தர்மாஸ்ப் பத்திரிக்கு கூட்டிட்டுப் போயிருவேன். ராத்திரியில் வயிறு வலிச்சு பேறு காலம் ஆயிருக்கு, ரத்தப் போக்கு அதிகமாகி மயங்கிட்டா, பாவம், ஒத்தையில் என்ன செய்வா, அப்படியே அதே படித் துறையில் செத்துக் கெடக்கா, கொழந்தை அழுதுகிட்டுக் கெடக்கு, காலையில் நான் வந்து பாக்கென், படி முழுவதும் ரத்தம், போலிஸ் வந்திருச்சு, கொழந்தையைத் தூக்கிட்டுப் போய்ட்டாங்க, ஆஸ்பத்திரியில் வச்சு அநாதை இல்லத்துல கொடுத்து யாருக்காவது தத்துக் கொடுத்திடுவாங்களாம். இது பதிமூனாவது கொழந்த'

என்னால் நிம்மதியாக இருக்க முடியவில்லை. பதின்மூன்று குழந்தைகள் பெற்ற ஒரு தாய் அநாதையாய் செத்திருக்கிறாள். இறப்பு சாஸ்திரங்கள் செய்து அவள் ஆத்மாவை சாந்தப்படுத்த யாருமில்லை. பதிமூன்று வீடுகளில் அவள் வாரிசுகளை உண்டாக்கிக் கொடுத்துவிட்டு மறைந்துபோயிருக்கிறாள். உடனடியாக நானும் என் மனைவியும் முடிவு செய்தோம்.

எங்கள் கார் ராமேஸ்வரத்தை அடைந்தபோது நள்ளிரவு. மூன்று பேரும் அறை எடுத்துத் தங்கினோம். ராமன் இலங்கை யிலிருந்து பெரும் குழப்பத்துடனும் வருத்தத்துடனும் கோபத் துடனும் வந்து இங்கே நீராடியதால்தான் கடல் சாந்தமாகி அலையே இல்லாமல் போனதாக ஐதீகம். அதிகாலையிலேயே எழுந்து ஒரு ஐதீகமான புரோகிதரைத் தேடி ஒரு வரிகூட மறைக்காமல் என்னுடைய முழுக்கதைகளையும் சொன்னேன்.

'ஒரு தாய் இறந்தால் மகள் என்னென்ன சாஸ்திரங்கள் செய்வாளோ அத்தனையையும் ஒன்றுவிடாமல் செய்ய வேண்டும் ஐயா, செலவைப் பற்றிக் கவலையில்லை'

அந்த சாஸ்திரங்கள் அனைத்தையும் செய்துவிட்ட திருப்தியுடன் ஊர் திரும்பினேன். இப்போது மனசு இலேசாகி, அமைதியானது. பாவாடையின் ஆத்மா நிச்சயம் சாந்தியடைந்திருக்கும். அந்த ராமமூர்த்தி அவளுக்கு நிச்சயம் மோட்சத்தைக் கொடுத்திருப்பார்.

இதோ என் மகள் கல்லூரி மாணவியாக ஆகிவிட்டாள். ஒருநாள் நாங்கள் அந்த உண்மையைச் சொல்ல வேண்டிய நிர்பந்தம்

வந்தேவிட்டது. எப்படியோ விஷயம் அவள் காதுக்கு எட்டி எங்களிடம் கேட்டே விட்டாள். அப்புறமென்ன செண்பகவல்லி பிறந்த படித்துறையையும், அவள் அம்மா இறந்த இடத்தையும் தொட்டு கண்களில் ஒற்றிக்கொண்டாள். தாயின் முகம் அறியாத தகப்பன் இன்னாரென்று தெரியாத பதிமூன்று குழந்தைகள். எட்டு செம்பாக்கள், ஐந்து செண்பகராசுகள். இவர்கள் அனைவருக்கும் அந்த செண்பகவல்லித்தாய் அருள்பாலித்துக் கொண்டிருக்கிறாள். சும்மாவா இவை அவளுடைய குழந்தைகள்தானே. ஆம், தெய்வக் குழந்தைகள்.

□

2

உயிர்கள்

கிழக்கு மேற்காக நீண்டு செல்லும் அந்தத் தெருவில் யார் வந்தாலும் இடது பக்க வரிசையில் முதல் வீட்டுத் திண்ணையின் மேல் உட்கார்ந்திருக்கும் தெய்வானைப் பாட்டியின் கண்ணில் படாமல் போக முடியாது. அப்புறம் எமன் மட்டும் விதிவிலக்காக முடியுமா? ஒவ்வொரு முறை தெருவழியே ஊருக்குள் நுழையும் எமன் தெய்வானைப் பாட்டியை உற்றுப் பார்ப்பான். பல் இல்லாத பொக்கை வாயுடனும் நரைத்த முடியுடனும் மூதாயாக உட்கார்ந் திருக்கும் பாட்டி தன் பொக்கை வாய் தெரிய ஒரு சிரிப்பை உதிர்த்தவுடன் எமன் அந்த இடத்தை விட்டு ஓடிவிடுவான்.

எமன் வந்துபோன மறுநாளோ அல்லது மூன்றாம் நாளோ ஊருக்குள் ஒரு சாவு விழுந்துவிடும். ஒவ்வொரு சாவு விழும் போதும் தெய்வானைப் பாட்டி சாவுக்குப் பயப்படமாட்டாள். ஆனால் பொம்பளைகளின் வசவுக்குப் பயப்படுவாள். நாலு பொம்பிளைகள் சேர்ந்து விட்டால் போதும் பாட்டியைச் சுற்றி உட்கார்ந்துகொண்டு கண்டமேனிக்குப் பேசுவார்கள். அவர்கள் பேசுவதை மகன்களும் மருமகள்களும் ரசிப்பார்கள்; சில நேரங்களில் அவர்களும் கூடச் சேர்ந்து பேசுவார்கள்.

‘கொஞ்ச வயசு ஆட்களா சாவுது இவளுக்கு ஒரு சாவு வருதா?’

‘இவ எப்பிடி சாவா இன்னியும் எத்தனை பேர்த்த தூக்கிவிடப் போறாளோ...’

‘அவ முழிக்கிற முழியப் பாரேன் நல்லா கல்லுளிமங்கான் கெணக்கா சாகுறவ மாதிரியா முழிக்கா.’

‘அவ மருமக சொல்றா ‘வேளா வேளைக்கு ஒரு சட்டி சோறு திங்காளாம் வாய்க்கு வக்கனையா இல்லனா சண்ட போடுறாளாம்’ என்னைக்காவது ஒரு மண்டையடி தலையடினு படுத்தாத்தான சாவு வரும். அவ திரேகத்துல இனியும் ஒரு ஊசி போடலையாம். ஒரு புள்ள ரெண்டு புள்ள பெத்த நம்ம கால்வலிக்கு கை வலிக்கி இடுப்பு வலிக்குனு அலையிறோம். அவ எட்டுப்புள்ள பெத்தவ மாதிரியா இருக்கா? பல்லுப்போச்சு தல நரைச்சிப் போச்சு இல்லனா இன்னும் கொமரி மாதிரிதான இருக்கா’

இது மாதிரியான பேச்சுக்களை தினமும் கேட்டுக் கேட்டு சலித்துப் போனாள் தெய்வானைப் பாட்டி. திண்ணையில் உட்கார்ந்துகொண்டு தெருவழியே போவோர் வருவோரை எல்லாம் பார்த்துக்கொண்டேயிருப்பாள். ஆனாலும் போவோர் வருவோரிடமிருந்தும் வசவுகள் வரத்தான் செய்யும்.

‘என்ன பாக்கே... நல்லா கூகை மாதிரி மூஞ்சிய வச்சிக்கிட்டு எங்கிட்டாவது கண்ணுலபடாம கடவுக்குள்ள போயி இருக்க வேண்டியதான இந்த ஆக்கங்கெட்ட கழுத முஞ்சியில முழுச் சிட்டுப் போனா போன காரியம் வெளங்காது அவ பார்வையைப் பாரேன் கீழ் முட்டிப் பார்வை’

தெய்வானைப் பாட்டி செவிடல்ல, காது நன்றாகக் கேட்கும். இப்படியான பேச்சுக்களை அவள் சட்டை செய்வதில்லை. காது கேட்காதவளைப் போல்தான் உட்கார்ந்திருப்பாள். நான் தெய்வானைப் பாட்டியின் கண்களில் படாமல், பெரும்பாலும் வேறு பாதை வழியே ஒளிந்து போய்விடுவேன். அப்புறம் நாலைந்து நாட்கள் கழித்து ஒரு கழிவிரக்கம் சூழ்ந்துகொள்ள வேண்டும் என்றே அவளின் கண்ணில் படத் தோன்றும். என்னைக் கண்டு விட்டால் போதும் அவள் முகமே மாறிவிடும். சந்தோஷம் பொங்க சத்தமாகக் கூப்பிடுவாள்.

‘ஏ...ல ஏ... முத்து செத்த இப்பிடிவாடா நிய்யும் பாக்காதது மாதிரி போறயடா புண்ணியமாப் போகுது இப்பிடி வந்து உக்கார்டா செத்த நேரம்’

‘முத்துக்கு என்ன வச்சிருக்க’

‘எங்கிட்ட என்னடா இருக்கு, இருவது கோழிகளும் பத்து

கோழிக்குஞ்சுகளும் இருக்கு வேறென்ன இருக்கு. இப்பிடி ஓரமா வந்து உட்கார்டா'

தன் முந்திச் சேலையால் தூசி தட்டி கால்களை மடக்கிக் கொள்வாள்.

'நல்லாயிருக்கியாடா எதுக்கு ஒரு வடியா முகம் குராவிப் போயிருக்கே. ஓங்கப்பன் எதுவும் சொன்னானா. அவன் ஒரு குடிகாரப் பய. அவன் கூட சண்டை போடாதடா'

அவளுடைய பேச்சுக்களைக் காது கொடுத்துக் கேட்கும் ஒரே ஜீவன் இந்த ஊரில் நானாகத்தான் இருக்கும். என்னைவிட்டால் அவள் வளர்க்கும் கோழிகளும் குஞ்சுகளும் ஆகவேதான் அவள் சில நேரங்களில் தனக்குள்ளேயே பேசித் தீர்த்துக்கொள்கிறாள் போலும்.

'அடேய்... முத்து எல்லாப் பொம்பளைகளும் என்னைய சாகச் சொல்றாகடா நானென்ன இவுக கிட்டப் போய் கஞ்சி குடு தண்ணி குடுனு நிக்கனா எம்பாட்டுக்குத் திண்ணையே தஞ்சம்னு கெடக்கேன் நான் எதுக்குடா சாவணும்.'

'இவுக சொன்னாப்ல நீ செத்திருவியா? அவுக என்ன கடவுளா சொன்ன ஒடன நீ செத்துப் போக; நீ ஓம்பாட்டுக்கு இரு பாட்டி.'

இவர்கள் இருவரும் திண்ணையில் உட்கார்ந்து பேசுவதைப் பார்க்கும் பொம்பிளைகள் பாட்டிக்குத் தெரியாமல் அவளின் பின்னால் வந்து ஒளிந்து நின்றுகொண்டு ஒட்டுக் கேட்பார்கள்.

'நான் சாவுக்கு பயப்படலடா எந்தப்புள்ள என் காலக்கட்டிட்டுக் கெடக்கு... இனிமேப்பட வாழ்ந்து என்னத்த அள்ளிக் கெட்டப் போறோம். இந்தக் கோழிக் குஞ்சுகளுக்காகத்தான் உசுர வச்சிக்கிட்டு இருக்கேன். நான் செத்துப் போனா இந்தப் பத்துக் கோழிக் குஞ்சுகளும் வம்படியா செத்துப் போயிரும்னு எமனுக்குத் தெரியுது இந்தப் பொம்பளைகளுக்குத் தெரிய மாட்டேங்கு.'

ஒளிந்திருந்து உற்றுக் கேட்டுக்கொண்டிருந்த பொம்பிளைகள் ஒவ்வொருத்தியாய் தலையைக் காட்டுவார்கள்.

'அப்ப இந்தக் கோழிக்குஞ்சுகளுக்காகத்தான் எமன் ஒன்னைய விட்டு வச்சிருக்கானா? சங்கதி அப்படிப் போகுதா? நாளைக்கே

கோழிக்குஞ்சுகளை சோலிய முடிச்சிட்டாப் போச்சி'

ஒரு கோழி, குஞ்சு பொரிச்ச ஒடனே இன்னொரு கோழியை அடையேத்திறே கோழிக்குஞ்சுக எப்பப் பார்த்தாலும் சிலுசிலுனு அலையுது. எமன் கண்ணுல கோழிக் குஞ்சுக தட்டு பட்டுக்கிட்டே இருக்கு சாவு எப்படிக் கூடிவரும்.

அப்பிடியே கொஞ்சங் கொஞ்சமாக தெய்வானைப் பாட்டி என்கிற பெயர் மாறி கோழிப் பாட்டிங்கிற பெயரே நிலைத்து விட்டது. தன்னிடம் பேசுவதற்கும் தன் பேச்சைக் கேட்பதற்கும் இந்தக் கோழிக்குஞ்சுகளைவிட்டால் வேறு யாருமில்லை என்பதை நினைத்து வருத்தப்பட்டாள். கோழிக்குஞ்சுகள் பெரிசாகப் பெரிசாக விற்று காசாக்கிக்கொள்ளும் தன் மகன் மருமகள்கூட ஓரிரு வார்த்தைகள் பேசுவதுடன் நிறுத்திக் கொள்வார்கள். தானாகவே பேசிக்கொள்ளும் பேச்சுக்களும் புலம்பல்களும் வேண்டுதல்களும் இவர்களின் காதுகளில் விழாவிட்டால் என்ன? உலகத்தின் அத்தனை பேருடைய பேச்சுக்களையும் அன்றாடம் கேட்கும் எமன் காதில் விழாமலா போய்விடும்? அவன் கேட்டால் போதும் வேறு யாரும் என் பேச்சைக் கேட்க வேண்டாம்.

பெரும்பாலும் திண்ணையை விட்டு இறங்காத கோழிப்பாட்டி கஷ்டப்பட்டு இறங்கி எட்டு மேல் எட்டு வைத்துப் பத்து வீடு தள்ளியிருக்கும் காளியப்பன் வீட்டு முற்றத்தில் போய் நின்றாள்.

'காலாங்காத்தால இங்க எதுக்கு வந்தே. தடுமாறி விழுந்தா காலுகை ஒடிஞ்சி போகும். பேசாம அங்க கெடக்கிறத விட்டுட்டு'

'அடேய்... காளியப்பா ஒன்னையத்தான்டா பாக்க வந்தேன். பெறகுனா காடுகரைக்குப் போயிருவேல்ல அதுதான் வந்தேன்'

'பேரனுக்கு என்ன கொண்டாந்திருக்கே'

'ஏங்கிட்ட என்னடா இருக்கு வெந்த கஞ்சியக் குடிச்சிட்டு விதி வந்தா சாவோம்னு கெடக்கேன்'

'சரி... சரி... என்ன விஷயம்னு சொல்லு'

'அந்த செவலை நிறச் சேவல் ஒன்னோட சேவல் தானடா?'

'ஆமா என்னோட சேவல்தான். என்னனு சொல்லு'

12 ❋ பெருமூச்சு

'இப்ப அடையேத்தியிருக்கிற கோழியை அது தான்டா 'மிதிச்சது' குஞ்சுக தலையெடுக்கிற வரைக்கு அந்தச் சேவல கொன்றாதடா. ஒனக்கு வேற கோழி வேணும்னாலும் நான் தர்ரேன்டா'

கோழிகளைப் பற்றிய அத்தனை நுணுக்கமான விஷயங்களும் பாட்டிக்கு அத்துபடி. கரும்போர் கோழிய அடையேத்தி குஞ்சு பொரிக்க வைத்திருந்த போது நடந்த சம்பவத்தை நினைத்துப் பார்த்தாள். பதிமூன்று குஞ்சுகளுடன் சிலுசிலுவென்று அலைந்தது கரும்போர் நிறக்கோழி. இரவில் கோழியின் கெக்கரிப்பைக் கேட்டு அரிக்கேன் விளக்குடன் கோழிமாடத்தை எட்டிப் பார்த்தாள். நல்ல பாம்பு படமெடுத்து நிற்க கோழி அதனுடன் போராடிக் கொண்டிருந்தது. மகனையும் மருமகளையும் எழுப்பி வந்து பாம்பை அடித்துக் கொன்றார்கள். கொஞ்ச நேரத்திலேயே தாய்க்கோழி செத்துப் போயிற்று. இரண்டு குஞ்சுகளையும் காண வில்லை.

சரியாக இன்னும் தானியங்களைக் கொத்திபிரக்கித் தின்கத் தெரியாத அந்தத் தாயில்லாத பதினொரு குஞ்சுகளை நினைத்து விடிய விடிய தூங்காமல் முழித்துக்கொண்டிருந்தாள் பாட்டி. பொழுது விடிந்தபோது அவளுடைய கண்களை அவளால் நம்ப முடியவில்லை. ஏழெட்டு வீடுகள் தள்ளியிருக்கிற லட்சுமியின் சேவல் வந்து பதினொரு குஞ்சுகளையும் கூட்டிக்கொண்டு போனது. இந்தப் பதினொரு குஞ்சுகளுக்கும் தான்தான் அப்பா என்று எப்படித் தெரிந்தது இந்தச் சேவலுக்கு. தாய் இறந்தவுடன் தாயாகவும் தந்தையாகவும் தினமும் காலையில் வந்து குஞ்சு களை கூட்டிப் போவதும் பொழுதடைய வந்து விட்டுவிட்டுப் போவதையும் பார்த்து பாட்டி சில நேரம் கண்ணீர் சிந்தினாள். இதே போல் தகப்பன் சேவல் இறந்துவிட்டால், குஞ்சுகள் ஒவ்வொன்றாக செத்துப் போகும் என்பதை அனுபவப் பூர்வமாக உணர்ந்தே காளியப்பனிடம் சேவலைக் கொல்ல வேண்டாம் என்று கேட்டுக்கொண்டாள்.

எவ்வளவுதான் காவல் இருந்தாலும் கள்ளன் பெருசா காப்பான் பெருசா என்பதைப் போல் கோழிக்குஞ்சுகளைப் பருந்துகள் தூக்கிச் செல்வதை யாராலும் தடுக்கவே முடியாது. அதற்கும் பாட்டி ஒரு வழி கண்டுபிடித்தாள். தீப்பெட்டி கம்பெனிகளில்

பயன்படுத்துகிற கலர் கலரான சாயங்களைக் கோழிக்குஞ்சு களுக்குப் பூசிவிட்டாள். பல நிறங்களில் ஓடித் திரிந்த குஞ்சுகள் பருந்துகளிடமிருந்து தப்பித்துக்கொண்டன. பாட்டி கால் நீட்டி உட்கார்ந்திருந்தாள். சுற்றிலும் நான்கைந்து பொம்பளைகள்.

'இவளுக்கு நூறு வெயசு இருக்குமா மதினி?'

'கூட இருக்கும்... நானும் பேரன் பேத்தி எடுத்திட்டேன்... இனியும் அப்பிடியேதான் இருக்கா'

'இவ சாமானியமா சாக மாட்டா. தெருவுல கெழக்கேமிருந்து மேற்க வரைக்கு ஒன்னொன்னா சாகுது. இவளுக்கு ஒரு சாவு வரமாட்ங்கு'

கோழிப்பாட்டி இது மாதிரி தினமும் நூறு பேச்சுக்களைக் கேட்டுக்கொண்டிருக்கிறாள். கவலையே படமாட்டாள். அவளுடைய கவலை ஊரில் கோழிகளுக்கு பரவிக் கொண்டிருக்கும் கோழியம்மை நோய் பற்றித்தான். கோழிகளின் முகம் முழுக்க கொப்புளங்கள் வந்து நிறைந்துவிடும். இரையைக் கொத்த முடியாதபடி இரண்டு அலகுகளிலும் கொப்புளங்கள் புண்களாகி வாயையே திறக்க முடியாமல் இரை தின்காமல் தண்ணீர் குடிக்காமல் செத்துப் போகும். ஊரில் ஏராளமான கோழிகள் கூட்டங்கூட்டமாய் செத்து விழுந்த போதும்... பாட்டியின் கோழிகள் ஒன்று கூடச் சாகவில்லை. வேப்பங்கொழுந்து பறித்து வரச் சொல்லி நல்லா மையாக அரைத்து எல்லா கோழிகளுக்கும் கொப்புளங்களில் தினம் பூசிவிட்டாள். பாட்டியின் கோழிகள் எல்லாமே கோழியம்மை நோயிலிருந்து தப்பிவிட்டன. இது மாதிரி பாட்டி கண்டுபிடித்து வைத்திருக்கிற வைத்தியங்கள் ஏராளம்.

செவலைக் கோழியை உற்றுப்பார்த்தாள். ஆடாமல் அசையாமல் அப்படியே சிலை போல் நின்றுகொண்டே இருந்தது. இரைப்பை பெரிசாக இருந்தது. பாட்டி இரைப்பையைப் பிடித்துப் பிதுக்கிப் பார்த்துக் கண்டுபிடித்துவிட்டாள். கத்தியால் லேசாகக் கீறிவிட்டு, சேலை தைக்கிற ஊசியால் ஒவ்வொன்றாக இரைப்பைக் குள்ளிருந்து வெளியே எடுத்தாள். அத்தனையும் ரப்பர் வலையங்கள். ஏதோ புழு பூச்சி என்று விழுங்கியிருக்கு. அந்தக் கீறலைக் கிழிந்த சேலையைத் தைப்பதைப் போல் சேர்த்துத் தைத்துவிட்டாள்.

ஆபரேஷன் சக்ஸஸ். இரண்டு மூன்று நாட்களாக இரைப்பையிலிருந்து தண்ணீர் சொட்டுச் சொட்டாக ஒழுகிக் கொண்டிருந்ததைப் பார்த்துப் பார்த்துச் சிரித்தாள். இப்போது பூரண குணமடைந்து ஓடியாடித்திரிகிறது.

கோழிகளுக்கு ஏதாவது ஒன்று வந்துகொண்டே இருக்கும். கோடைகாலத்தில் அடையேற்றினால் சரியாக குஞ்சுகள் பொரிக்காது என்பது தெரியாமல் அடையேற்றிவிட்டு பாதி முட்டைகள் கூமுட்டையாகப் போனால் கோழி சரியில்ல என்று சொல்பவர்களிடம் அந்தக் கோடைகால ரகசியத்தைச் சொல்லவே மாட்டாள். குஞ்சுகள் பொரித்தவுடன் அடையிலிருந்து முதலில் தலையிறக்கிவிட கைராசிக்காரி என்று எத்தனை பேர் கூப்பிட்டாலும் போகவே மாட்டாள். ராசி மாறிப்போய்விட்டால், கோழிகள் பெருகுவது நின்றுவிடும். குஞ்சுகள் ஏறி விளையாடுகிற பருவம் தான் குஞ்சுகளுக்கு ஆபத்தான கால கட்டம். அருகில் தண்ணீர் தொட்டி இல்லாமல் பார்த்துக்கொள்ள வேண்டும். இல்லை யென்றால் தினம் ஒன்றிரெண்டு தண்ணீரில் விழுந்து செத்துக் கொண்டேயிருக்கும். முட்டைகளைப் பார்த்த உடனேயே இது சேவல் பெட்டை என்று கண்டுபிடித்து விடுகிற சாமர்த்தியம் பாட்டியிடம் மட்டுமே உண்டு. நல்ல முட்டையா கூமுட்டையா என்று கண்டுபிடிக்கும் சாமர்த்தியத்தையும் யாரிடமும் சொல்லவே மாட்டாள்.

ஊரில் கோழிகளுக்குக் கழிச்சல் நோய் வந்துவிட்டால், அவ்வளவு தான் ஒரு கோழி கூட இல்லாமல் கொத்துக்கொத்தாக செத்துவிழும். வெள்ளை வெளேரென்று தண்ணியாக எச்சம் போடும். நின்ற இடத்திலேயே நின்றபடி தூங்கிக் கொண்டிருக்கும். அப்படியே துள்ளித்துள்ளிச் செத்து விழும்.

கீழக் கடேசியில் குக்கு நோய்க் கழிச்சல் வந்திருக்கிறது என்று கேள்விப்பட்டதும் பாட்டி பதறினாள், பரிதவித்தாள். பதினான்கு குஞ்சுகளுடன் சிலுசிலுவென்று தெருவில் அலையும் குஞ்சுக் கோழிகளை நினைத்து வருத்தப்பட்டாள். தெருவெல்லாம் ஒரே பேச்சு. என் வீட்டில் எட்டு உருப்படி செத்துப்போச்சு அவள் வீட்டில் அஞ்சு செத்துப்போச்சு என்று பொம்பிளைகள் புலம்பித் தீர்த்தார்கள். தெய்வானைப் பாட்டி விடிய விடிய உறங்காமலும்

உயிர்கள் ❋ 15

தன்னுடைய வைத்திய ரகசியத்தை யாரும் தெரிந்துவிடக் கூடாதென்றும் சாமமும் ஏமமும் கண்முழித்து வைத்தியம் பார்த்தாள்.

சின்ன வெங்காயத்தைப் பொடிதாக வெட்டி ஒவ்வொரு கோழிக்கும் ஊட்டிவிட்டதோடு வேப்பங்கொழுந்து கரைசலை சங்கு வைத்துக் கோழிகளின் அலகுகளைப் பிளந்து ஊற்றி ஊற்றி விட்டாள். பாட்டியின் வீட்டில் ஒரு கோழிகூடச் சாகாதது அனைவருக்கும் ஆச்சரியம்.

'இந்தக் கெழட்டுச் சிறுக்கிதான் நோயை ஏவி விட்டுருப்பா எல்லார் வீட்லயும் செத்துப்போச்சு அவ கோழிக ஒன்னு கூடச் சாகலனா என்ன அர்த்தம்.'

'அதானே தாயி ஊரெல்லாம் வந்த நோய் அவ வீட்டுக்கு எட்டிக் கூடப் பாக்கலையே என்ன மாய மந்திரம் வச்சிருக்காளோ?'

திடீரென்று ஒரு நாள் ராத்திரியில் ஊரில் தீப்பற்றிக் கொண்டது. கோழிப்பாட்டியின் வீட்டோடு சேர்த்து எட்டுக் கூரை வீடுகள் முற்றாக எரிந்து சாம்பலாகிப் போயின. சம்சாரிகளின் வீடுகளில் இருந்த தானியமூட்டைகள், நிலக்கடலை, மிளகாய்வற்றல் எல்லாம் கருகிக்கிடந்தன. இரவு முழுக்க அரிக்கேன் விளக்கு வைத்து பாட்டியைத் தேடினார்கள். எரிந்த கரிக்கட்டையாக எங்கே கிடக்கிறாளோ என்று தேடிக்கொண்டேயிருந்தார்கள். பொழுது விடிந்த போது தலையில் கடகாப்பெட்டியுடன் ஊரணிப் பக்கமிருந்து மெதுவாக எட்டு வைத்து வந்துகொண்டிருந்தாள் பாட்டி. தலையின் மேல் உள்ள கடகாப் பெட்டிக்குள் கோழியும் குஞ்சுகளும். அந்தச் சோகத்திலும் ஊராருக்குச் சிரிப்பை அடக்க முடியவில்லை. பாட்டி கூட்டமாக நின்றவர்களைப் பார்த்துச் சொன்னாள்:

'நம்ம செத்துப் போயிரலாம்டா இந்தப் பச்ச மண்ணுகள கோழிக்குஞ்சுகள சாக விட்டா பாவமில்லையா அதுதான் தீ வெளிச்சம் தெரிஞ்ச உடனேயே எல்லாத்தையும் கடகாப் பெட்டிக்குள்ள அள்ளிப் போட்டு ஊருணிக் கரைக்குப் போயிட்டேன்.'

அதோடு பாட்டி கோழியை அடையேற்றி குஞ்சுகள் பொரிக்க வைப்பதை நிறுத்திக்கொண்டாள்.

‘என்ன கெழவி கோழிக்குஞ்சுகளக் காணோம். கோழியை அடையேற்றலையா?’

‘சிலுசிலுனு ஓடித்திரியிற கோழிக்குஞ்சுகளுக்காகத் தான் எமன் இவ்வளவு நாளும் என்னைவிட்டு வச்சான். எமனா என்னோட உசுர எடுத்திட்டா வம்பா அந்தப் பத்துக் குஞ்சுகளும் செத்துப் போகும்னு எமனுக்குத் தெரியும். இப்ப நான் சாகுறதுக்கு முடிவு பண்ணிட்டேன். அதனால கோழிக்குஞ்சுக எமன் கண்ணுக்கு தட்டுப்படக் கூடாதுனு அடையேத்தல.’

வெள்ளிக்கிழமை ஊருக்குள் வந்த எமன் கோழிக்குஞ்சுகள் இல்லாத பாட்டியை எடுத்துக்கொண்டான். விடிந்தபோது கோழி மாடத்திண்ணையில் பாட்டி உறங்குபவளைப் போல் செத்துக் கிடந்தாள். இடுகாட்டுக்குத் தூக்கிச் சென்றவர்கள் தேரின் நான்கு மூலைகளிலும் நான்கு கோழிக்குஞ்சுகளை உயிருடன் கட்டித் தொங்கவிட்டிருந்தார்கள். ‘விய்யா... விய்யா... விய்யா’ என்று குஞ்சுகள் எழுப்பிய சத்தம் பாட்டிக்குக் கேட்காமலா இருக்கும்.

□

3

தாகம்

மண்டையைப் பிளக்கும் உச்சி வெய்யிலுக்கு மரத்தடி நிழல் வசதியாக இருந்தது. குளக்கரையின் குளிர்ச்சி என்பது அனுபவித்தவர்களுக்கு மட்டுமே தெரியும். ஆம், நான் தினமும் அந்தக் குளிர்ச்சியை அனுபவிக்கிறேன். குளிர்ச்சியை மட்டுமா அனுபவிக்கிறேன். கண்மாய் கரையில் வரிசை வரிசையாய் நிற்கும் பனைமரங்கள், அவற்றின் நிழல் உருவங்கள் தண்ணீருக்குள் நெளிந்து விளையாடும் கண்ணாம்பூச்சி விளையாட்டு, ஒத்தைக் காலில் தவமிருக்கும் கொக்குக் கூட்டங்கள் எத்தனை விதமான நீர்வாழ் பறவைகள் உள்ளான், சிறகி, முக்குளிப்பான், நாரை அவை எழுப்பும் விதவிதமான அற்புத ஒலிகள் பார்க்கிறவர்களுக்கு நான் தூண்டில் போட்டு மீன்பிடிப்பது மாதிரி தெரியும், ஆனால் நான் தவம் இருக்கிறேன் என்பது எனக்கு மட்டுமே தெரியும்.

இதோ பனை உச்சியில் அமர்ந்திருக்கும் மீன் கொத்திப் பறவை. திடீரென்று எறிபந்தாய் தண்ணீருக்குள் பொத் என்று பாய்ந்து காணாமல் போய், தன் அலகில் மீனைக் கவ்வியபடியே இறக்கையடித்து பூ வானமாய் நீர் உதறி, பறந்து மீண்டும் பனைமர உச்சியில் அமரும் அற்புதக் காட்சி. நாம் நினைக்கலாம். மீன் கொத்திப்பறவை பனை உச்சியில் உட்கார்ந்திருக்கிறதே என்று இல்லை இல்லவே இல்லை. குளமும், அந்தக் குளத்திற்குள் இயங்கும் அத்தனை ஜீவராசிகளும் மீன் கொத்திப்பறவையின் கண்களில் இருக்கிறது என்பதுதான் உண்மை. நாரை குறுக்கு வசமாக மீனைப் பிடித்துவிட்டால் அதை விழுங்க முடியாமல், மேல்நோக்கி ஒரு சிக்ஸர் பந்தைப்போல் சுண்டிவிட்டு, மீன்

பல்டியடித்து தலைகீழாய் குறுக்கு வசத்தில் வரும்போது தன் அலகால் ஒரு அற்புத கேட்ச் பிடிக்குமே அதைப் பார்த்து ரசிக்க இரு கண்கள் போதாது. திடீர் திடீரென்று தண்ணீருக்கு மேல் எட்டிப்பார்த்து ஆளரவம் தெரிந்தவுடன் முங்கிக்கொள்ளும் தண்ணீர் பாம்புகள்.

திடீரென்று பனைமர நிழல்களுடன் சேர்ந்து தண்ணீருக்குள் ஆடிய மனித நிழலைக் கண்டதும் கரையின் மேல் பார்வையைப் படரவிட்டேன். ஆறடி உயரம், கழுத்தில் தொங்கும் துண்டு கன்னங்கரேர் என்று தாட்டீகமான ஒரு மனிதர் கையில் கம்புடன் நின்றார். சரியாக என் தலைக்குமேல். நான் கொஞ்சம் பதறிப் போய்விட்டேன். தூண்டிலைத் தரையில் போட்டுவிட்டு எழுந்தேன். கஷ்டப்பட்டுக் கரையேறினேன். நான் அவரை உற்றுப் பார்த்தேன் அறிமுகமான முகமாக இல்லை, முற்றிலும் வேறு நபராகத் தெரிந்தார்.

'யாரய்யா நீங்க உங்களுக்கு என்ன வேணும்' என்றேன். என்னைக் குனிந்து பவ்யமாகக் கும்பிட்டார்.

'அய்யா என்னோட ஊரு கமுதி. என் பேரு கிருஷ்ணக்கோனார். நாங்க வந்து கிடை மாடுகள் மேய்க்கிறவங்க, இந்தக் கண்மாய்ல மாடுகளுக்குத் தண்ணி குடிக்கவிடணும், அதுக்கு உங்க அனுமதி வேணும்ய்யா'

சொல்லி விட்டு என் முகத்தையே உற்றுப் பார்த்தபடியே பவ்யமாக பணிவுடன் நின்றார். எனக்கு ஒன்றுமே புரியவில்லை, கண்மாயில் மாடுகளுக்குத் தண்ணீர் குடிக்க விடுவதற்கு யாரிடம் அனுமதி கேட்க வேண்டும், விசித்திரமாக இருக்கிறதே என்று நினைத்தேன்.

'மாடுகளைக் குளத்தில் தண்ணீர் குடிக்க விட எதற்காக அய்யா அனுமதி கேட்கிறீர்கள். தாராளமாக விடுங்கள்' என்றேன்.

அவர் இரு கைகளையும் கூப்பி என்னை நன்றியுடன் பார்த்தார். அவர் முகத்தில் ஒரு தெளிச்சி தெரிந்தது.

'அய்யா, எல்லா கண்மாய்களையும் அரசாங்கம் குத்தகைக்கு விட்டுருச்சு, அதுகள ஏலம் எடுத்தவங்க மீன் வளர்க்காங்க, கால்நடைகள் தண்ணீர் குடிக்க நூறு எறநூறுனு பணம் கேட்காங்க, கல்லால எறிஞ்சு வெரட்றாங்க, நாய்களை ஏவி கடிக்கவிட்டு

மாடுகளை விரட்றாங்க, நீங்க நல்லாயிருக்கணும், உங்க பிள்ளை குட்டிக நல்லாயிருக்கணும்.'

'தண்ணீர் குடிக்கவிடுங்க, அப்படியே கொஞ்ச நேரம் நீஞ்ச விடுங்க, நெறய்யப் பேரு அப்படித்தான் செய்வாங்க'

கரை உச்சியில் நின்றபடியே உற்சாகமாக ஒரு விசில் கொடுத்தார். கழுத்தில் கிடந்த துண்டை எடுத்து வீசி வீசி சிக்னல் கொடுத்தார். அவர் சிக்னல் கொடுத்த திசையில் என் பார்வையைச் செலுத்தினேன். கூட்டங் கூட்டமாக ஏராளமான மாடுகள் நிற்பது தூரத்தில் தெரிந்தது. மாடுகளுக்கு மத்தியில் இன்னொரு மனித உருவமும் தென்பட்டது.

'கமுதியிலிருந்து புறப்பட்டு ஊர் ஊரா தங்கி, அப்படியே மேற்காமப் போயி மேற்குத் தொடர்ச்சி மலையடிவாரம் வரைக்கிப் போயி, அப்புறம் திரும்பி ஊர் போய்ச் சேர ஆறு மாசமாகும்'

பேசிக்கொண்டிருக்கும்போதே எல்லா மாடுகளும் கரையேறி தண்ணீரைக் கண்டதும் ஆவலாகத் தண்ணீருக்குள் இறங்கி குடித்தன.

'எத்தனை மாடுங்கய்யா இருக்கு'

'இதுல, இப்ப முன்னூத்தி எழுபது மாடுகள்தான்யா இருக்கு, பாதியாக் கொறச்சிட்டோம், ஏம்னா பல்வேறு பிரச்சினைகள், மேய்ச்சல் அவ்வளவா இல்ல முக்கியமா தண்ணிப் பிரச்சினை, பெரும் பிரச்சினை. அதுவும் போக முந்தி மாதிரி சம்சாரிக கிடை போடுறது இல்ல, எல்லாமே இரசாயன உரம், எங்க தலமொறைக்கிப் பிறகு இந்தத் தொழிலே காணாமப் போயிரும், கால்நடைகளே இல்லாமப் போயிரும்.'

மாடுகள் லயித்துத் தண்ணீர் குடித்துக்கொண்டிருப்பதை ரசித்துப் பார்த்துக்கொண்டிருந்தார்கள் இருவரும். சில மாடுகள் தண்ணீருக்குள் இறங்கி நீந்தத் தொடங்கின. அத்தனையும் பசுக்களும் காளைகளும் மட்டுமே. எருமைமாடு ஒன்றுகூட இல்லை. அவை தண்ணீர் குடிக்கும் காட்சியை நானும் ரசித்துப் பார்த்துக் கொண்டிருந்தேன்.

'ரெண்டு பேரும் சாப்பாட்டுக்கு என்னய்யா பண்ணுவீங்க'

'அங்கங்க தங்குற எடத்துல சமைச்சுக்கிருவோம்யா'

'பாத்திரம் பண்டங்கள் ஒன்றும் காணலையே, எப்படிய்யா சமைப்பீக'

அவர் சுட்டிக்காட்டிய திசையில் பார்த்தேன். ஒரு காளை மாட்டின் முதுகில் இரு பக்கமும் சாக்குப் பொட்டலங்கள் தொங்கின. அந்தப் பொதிகளுக்குள் பாத்திரம் பண்டங்கள், சமையல் சாமான்கள் இருப்பதாகச் சொன்னார்.

எல்லா மாடுகளும் முழுசாக தண்ணீருக்குள் இறங்கி சுகமாகப் படுத்துக்கொண்டன. முதுகில் சுமை இருந்த காளை மட்டும் தண்ணீரின் வாகரையில் நின்றுகொண்டிருந்தது. உடன்வந்தவர் அதை இறக்கி தரையில் வைத்த பின்னரே தண்ணீருக்குள் இறங்கியது. தூண்டில் போடுவதை மறந்துவிட்டு நானும் கிருஷ்ணகோனாரும் மரத்தடியில் உட்கார்ந்தோம். கோடை வெய்யிலின் உக்கிரத்தில் மரநிழல் குளிர்ச்சியாக இருந்தது.

'இப்படியே அலஞ்சா வருமானம் வேணுமே, சாப்பாட்டுக் காவது வரும்படி வேணுமில்ல'

'முந்தியெல்லாம் சம்சாரிகள் தினமும் கிடை போடுவாங்க என் நிலத்துக்கு வா உன் நிலத்துக்கு வான்னு போட்டி போடுவாங்க, கேட்ட தொகையைக் கொடுப்பாங்க. இப்ப யாருமே கிடை போடுறதில்ல, ரசாயன உரம் வந்தப் பிறகு எங்கள யாரும் தேடுறதே இல்ல, ஒன்னு ரெண்டு பேரு தான் எப்பவாவது தங்களோட நிலத்துல கிடை அமர்த்துறாங்க, அவங்க குடுக்கிற ரூவாய நாங்க வாங்கிக்கிருவம், ஏம்னா சம்சாரிகளும் முந்தி மாதிரி இல்ல, விவசாயம் பாழாப் போச்சு, கட்டுபடியாகல, பாவம், என்ன செய்வாங்க'

'என்னைக்கு இயற்கை உரம் போச்சோ அன்னைக்கே விவசாயம் நாசமாப் போச்சு'

'கரெக்டா சொன்னீகய்யா, நீங்க சொன்னது நூத்துக்கு நூறு உண்மை'

மாடுகளின் தலைகள் மட்டுமே தண்ணீருக்கு வெளியே தெரிந்தன. அதன் தலைகளும் கொம்புகளும் தண்ணீருக்கு மேல் மிதந்து செல்லும் ஆமைகளைப் போல் தெரிந்தன. அவை வெய்யிலில் அலைந்த களைப்புத் தீர தண்ணீருக்குள் கிடந்தன. கண்மாயின் தண்ணீர் திட்டுகள் போல் தெரிந்தன.

'இந்த மாடுகளில் எந்த மாட்டுக்கும் ஒரு ஊசிகூடப் போட்டதில்லை. கால்நடை மருத்துவமனை என்றால் எங்களுக்கு

என்னவென்றே தெரியாது. வேணாப்பரிந்த இந்த வெய்யிலில் காய்கிறோம். மழை வந்தால் நனைகிறோம். வெட்ட வெளியில் படுத்து உறங்குகிறோம். காளைகளை வைத்து இயற்கை முறையில்தான் கருத்தரிக்க வைக்கிறோம். செயற்கை முறையில் ஊசிபோட்டு சினைப் பிடிக்க வைப்பதில்லை பருத்திக் கொட்டை, புண்ணாக்கு, மாட்டுத்தீவனம் எதுவுமே கொடுப்ப தில்லை. இயற்கையில் காடுகளில் வளர்ந்து கிடக்கும் புற்கள் மட்டுமே உணவு'

'கன்னுக்குட்டி ஈன்ற பசுவில் பால் பீச்சமாட்டீங்களா'

'அது பெரிய பாவம். கன்னுக குடிச்சது போக மீதிப்பால் இருந்தாலும், அதை நாங்க கறக்க மாட்டோம், யாராவது தர்மப்பால் கேட்டு வந்தா கறந்து கொடுப்போம், ஆனா நயா பைசா காசு வாங்க மாட்டோம்'

'பால் கறந்து கொடுக்கும் போது காசு வாங்க வேண்டியது தானே, எதுக்கு ஓசியில கொடுக்கணும்'

'ஐயா, அது எங்க முன்னோர்கள் செய்த சத்தியம்'

'சத்தியமா அது என்ன சத்தியம்'

மர நிழலைப் போலவே எங்களுடைய உரையாடலும் நீண்டு கொண்டே போனது. கண்மாய்த் தண்ணீருக்குள் லயித்துக் கிடந்தன மாடுகள். அந்த சத்தியம் பற்றிய வரலாற்றைச் சொல்ல ஆரம்பித்தார்.

'ஐயா, இது வந்து எங்க பரம்பரைத் தொழில். எங்க தாத்தா பூட்டன் காலத்திலருந்து செஞ்சுவர்ர தொழில். இதே மாதிரி ஒரு நாள் எங்க தாத்தா காட்டுவழியே மாட்டுக் கூட்டத்தை மேயவிட்டுக் கிட்டே போறாரு. போனா, மத்தியான வெய்யில் நடுக்காட்ல மரத்தடியில் ஒரு வயசான கிழவர் படுத்துக் கிடக்காரு. பக்கத்துல அவர் ஊன்றி நடக்கிற ஒரு கைத்தடி, வேற ஒன்னையும் காணோம். கண்ணுக்கு எட்டு மட்டும் வேற ஆட்களையும் காணோம். மாடுகளை மேய விட்டுட்டு எங்க தாத்தா அந்த வயசாளியோட பக்கத்தில போய் பாத்தா, கண்ணுமுழி மட்டும்தான் திறந்திருக்கு'

எங்க தாத்தாவப் பார்த்த உடனே மெதுவா எழுந்து உட்கார்ந் திருக்காரு, வாய் பேசல, உதடு மட்டும்தான் இலேசா அசைஞ்சிருக்கு. குடிக்க தண்ணி வேணும்னு கைஜாடை போட்டுருக்காரு. உடனே

தாத்தா கலயத்தை நீட்டியிருக்காரு. அவக்னு வாங்கிய கிழவனாரு, ஒரு கலயம் தண்ணியவும் டபக்னு ஒரே மிடக்குல குடிச்சிட்டு, வெத்துக் கலயத்தை நீட்டிட்டு இன்னும் தண்ணி வேணும்னு கேட்ருக்காரு. நடுக்காட்ல தண்ணிக்கு எங்க போக, எங்க தாத்தாவுக்கு என்ன செய்யனு தெரியல; தண்ணி பக்கத்துல இல்ல பெரியவரே, ரொம்ப தூரம் போகனும், இன்னைக்கு என் கூட துணைக்கு வர்ர ஆள் வரல, நான் மட்டும்தான், மாடுகளை விட்டுட்டுப் போனா வெள்ளாமையில மேய்ஞ்சிரும், அபராதம் போட்ருவாங்கனு சொல்லியிருக்காரு எங்க தாத்தா.

நீ தவிச்ச தாகத்துக்கு தண்ணி குடுக்காத பாவி, வச்சுக்கிட்டே இல்லைனு சொல்ற கஞ்சன் அப்படினு கிழவனார் சொல்லவும், எங்க தாத்தாவுக்குக் கொஞ்சம் கோபம் வந்திருச்சு. ஒரு தோண்டிக் கலயத்து தண்ணியவும் ஒரே மிடக்குல ஊத்திட்டு கஞ்சன்னு வேற சொல்றீரு, என்கிட்ட தண்ணி எங்க இருக்குனு கேட்கறீரு பால் பீச்சி கொண்டானு கைஜாடையில் காட்டியிருக்காரு, உடனே எங்க தாத்தா தோண்டிக் கலயத்தை எடுத்திட்டுப் போயி, அரைக் கலயத்துக்கு பால் பீச்சியாந்து குடுத்திருக்காரு, கையில் வாங்ன மாயம் தெரியல, ஒரே மிடக்கு அண்ணாக்க ஊத்திட்டு இன்னும் தாகம் அடங்கல பால் பீச்சிட்டுவானு சொல்லியிருக்காரு, தாத்தாவும் சலிக்காம கலயத்து நெறய்ய ரெண்டு மாட்டுல பீச்சிட்டு வந்து குடுத்திருக்காரு. அதே மாதிரிதான் ஒரே மிடக்கு நெற கலயம் காலி, இன்னும் தாகம் அடங்க பால் பீச்சிட்டுவானு சொல்லவும், தாத்தா கலயத்தை வாங்கிட்டு திரும்பியிருக்காரு. திடீர்னு பார்த்தா ஒரு எகத்தாளச் சிரிப்பு, தாத்தா முன்னால கிருஷ்ண பரமாத்மா. தாத்தாவுக்கு கையும் ஓடல, காலும் ஓடல, பேச்சுமூச்சு அத்துப் போச்சு. அப்படியே குப்புறடிக்க சாஷ்ட்டாங்கமா தரையில் விழுந்திட்டாரு. மாடுக எல்லாம் காதுகளை வெடச்சிட்டு அப்படியே நிக்குதுக, கணீர் குரல் பேசுது.

‘என் பெயரைத் தாங்கிக்கொண்டு, புனிதமான தொழிலைச் செய்யும் உன்னை சோதிக்கவே நான் வந்தேன். ஒரு அநாதைக் கிழவன் என்று தெரிந்தும் கொஞ்சம்கூட முகம் சுளிக்காமல் உன்னுடைய தண்ணீரை எல்லாம் காலி பண்ணிய போதும் கோபப்படவில்லை. என் தாகத்தை அடக்குவதிலேயே குறியாக இருந்து ஐந்து மாடுகளிடம் பால் கறந்து தந்தாய். நீ வாழ்க, உன்

குலம் வாழும், நீ மேய்க்கும் கால்நடைகளுக்கு இன்றிலிருந்து எந்த நோயும் நொடியும் அண்டாது, வெய்யிலில் காய்ந்தாலும், மழையில் நனைந்தாலும் எந்தப் பாதிப்பும் வராது, நட்ட நடுராத்திரியில் அத்துவானக் காட்டில் கிடைபோட்டாலும் பேய் பிசாசுகள் உன்கிட்ட அண்டாது, ஆனால் ஒரு விண்ணப்பம், உன் மாடுகளிலிருந்து கன்றுகளுக்குப் போக கறக்கும் பாலுக்கு சல்லிக்காசு வாங்கக் கூடாது, தர்மப்பாலாகவே கொடுக்க வேண்டும். தர்மப்பால் யார் கேட்டாலும் இல்லையென்று சொல்லக்கூடாது.' பகவான் மறைஞ்சு போய்ட்டார். அதுலருந்து நாங்க தலமொற தலமொறையா தர்மப்பால்தான் குடுக்கிறோம். பகவான் சொன்னது மாதிரியே எங்க மாடுகளுக்கு ஒரு நோய் நொடி வந்தது கிடையாது, எத்தன ராப்பகல் அலஞ்சாலும் ஒரு காத்துக் கருப்பு அண்டுனது கிடையாது.

கிருஷ்ணக்கோனார் எழுந்து நின்று ஒரு மாதிரி குரல் எழுப்பினார். எல்லா மாடுகளும் தண்ணீருக்குள்ளிருந்து வெளியேறின. ஒரு மாட்டை பெயர் சொல்லிக் கூப்பிட்டார்.

'ஏய்... பூச்சி இங்க வா' என்றார். ஒரு காளைமாடு இவரிடம் வந்து நின்றது. சமையல் பொருட்கள் அடங்கிய பொதிகளை முதுகில் ஏற்றியவுடன் போ என்றவுடன் போனது.

'யேய்... பச்சை இங்க வா' என்றார். அதே மாதிரி ஒரு மாடு இவரிடம் வந்து நின்றது. மீதிப்பொதிகளை முதுகில் ஏற்றிவிட்டுப் போகச் சொன்னார். ஆச்சரியமாகப் பார்த்துக்கொண்டே நின்றேன். இரு கைகூப்பி கும்பிட்டுவிட்டு மாடுகளைப் பின்தொடர்ந்தார். அவை மாடுகள் அல்ல, அவருடைய உறவுகள்.

அத்தனை மாடுகளும் கண்மறையும் வரை பார்த்துக் கொண்டே நின்றேன். அவர்களுக்கு பயமே இல்லை. அவர்களுடன் கிருஷ்ண பரமாத்மாவும் செல்கிறார். அப்புறம் என்ன பயம். இன்று மீன்வேட்டை இல்லை. பொழுது இறங்கிவிட்ட படியால் வீடு வந்துசேர்ந்தேன். இரவு முழுக்க தூக்கமே இல்லாமல் புரண்டு கொண்டிருந்தேன். கிருஷ்ணக்கோனார் சொன்ன பறவைகளைப் பற்றிய விஷயங்கள் நெஞ்சை அடைத்தது. அவருடைய கணீர் குரல் என் செவிகளில் மீண்டும் ஒலித்தது.

'கண்மாய்களில் இருக்கும் மரங்களில் பறவைகளைக் கூடு கட்டவிடாமல் குத்தகைதாரர்கள் வெடி வைத்து விரட்டுகிறார்கள்.

இந்தப் பாவம் அவங்கள சும்மா விடுமா. பட்சிதோஷம் புடிச்சா அம்புட்டுத்தான், அதுக்குப் பரிகாரமே கெடையாது. நம்மிடம் பசிக்கு கையேந்துகிற ஒருவனை காலால் எத்தி விரட்டுறது மாதிரிதான் பறவைகளை விரட்டுறது. இந்தக் கண்மாய்களை உருவாக்கிய நம்முடைய ராஜாக்களும் ஜமீன்தார்களும் இப்படி யெல்லாம் நடக்கும் என்று நினைத்திருப்பார்களா? எல்லா உயிர்களுக்கும் பொதுவானதுதானே தண்ணீர். பச்சைத் தண்ணி குடுக்காத, பசித்த வயித்துக்கு கஞ்சி குடுக்காத பாவியா ஐயா நாம்'

கிருஷ்ணக்கோனாரின் குரல் மாறி மாறி என் செவிகளில் ஒலித்துக்கொண்டே இருந்தது. என்றைக்கோ படித்த நம் முன்னோர்கள் சொன்ன வார்த்தைகளும் மாறி மாறி செவிகளில் ஒலித்தது. கிளை விட்டு கிளை தாவும் ஒரு இரவுப் பறவையின் படபட சிறகடிப்பு.

'யாதும் ஊரே யாவரும் கேளிர்'

'வாடிய பயிரைக் கண்டபோதெல்லாம் வாடினேன்'

'காக்கை குருவி எங்கள் ஜாதி

நீள்கடலும் மலையும் எங்கள் கூட்டம்'

எப்போது உறங்கினேன் என்று தெரியவில்லை. கண்முழித் தவுடன் மீண்டும் மீண்டும் கிருஷ்ணக்கோனார் மனசிலாடினார். □

4

ஊமைக் காயங்கள்

புல்லட் வண்டியின் பெரும் சத்தம் கேட்கிறதென்றால் முத்துப் பாண்டி வாத்தியார் வருகிறார் அல்லது போகிறார் என்று அர்த்தம். அந்த ஏரியாவில் புல்லட் வண்டி வைத்திருக்கிற ஒரே நபர் அவர்தான். பல வருடங்களாக இந்த சத்தத்தைக் கேட்டுக் கேட்டுப் பழகிப்போன ஜனங்கள் தும்பைப் பூவாய் வெள்ளை வெளேர் வேஷ்டி, உள்ளே போட்டிருக்கும் பனியன் தெரிகிற மெல்லிய வெள்ளை அல்லது மஞ்சள் நிற ஜிப்பா, வளர்ந்த தாட்டிகமான உருவத்திற்கு ஏற்ற முறுக்கிவிடப்பட்ட மீசை, தோசைக்கல் மோதிரங்கள், மணிக்கையில் ஒளிரும் பெரிய பிரஸ்லெட், கழுத்தில் விரல் தண்டி சங்கிலி, இவற்றை மட்டும் சுமந்து திரியவில்லை கூடவே வாத்தியார் தொழில், உபரியாக வட்டித் தொழில் இவற்றுடன் தன் ஜாதிப் பெருமையையும் சுமந்து திரிபவர். யாருமே முத்துப்பாண்டி வாத்தியாரைப் பார்த்த மாத்திரத்திலேயே அவருடைய தோற்றத்தை வைத்துப் பெரும்புள்ளி என்று உணர்ந்துகொள்வார்கள். வட்டித்தொழில் வருமானம் அவருடைய வாத்தியார் தோற்றத்தையே மாற்றியிருந்தது.

கடந்த இரண்டு நாட்களாக தடதட வென்ற புல்லட் வண்டிச் சத்தம் கேட்காதபடியால் பஜாரே கொஞ்சம் வெறிச்சோடிப் போய்த்தான் இருந்தது. புல்லட் வண்டியுடன் முத்துப்பாண்டி வாத்தியாரும் இரண்டு நாட்களாக முடங்கித்தான் கிடந்தார். முகம் அருள் கெட்டுப்போய் இறுகிக்கிடந்தது. சொல்லப்போனால் நடைபிணமாகிப் போனார் என்றுதான் சொல்ல வேண்டும்.

அன்றைக்கும் இப்படித்தான் வராந்தாவில் ஈஸிசேரில் உட்கார்ந்து சாய்ந்துகொண்டு ஏதோ கணக்குப் பார்த்துக் கொண்டிருந்தார். பக்கத்து ஊர் மகாலிங்கத்தைக் கண்டதும்

சிரித்தபடியே வரவேற்றார். மகாலிங்கம் இவருக்கு மாப்பிள்ளை உறவு. ஒரு நாளும் வீட்டுக்கு வராத ஆள் இன்று வந்திருக்கிறதே என்று கொஞ்சம் குழம்பினார். இவருடைய வரவேற்பு சத்தம் கேட்டு வாத்தியாரின் மனைவி வீட்டுக்குள்ளிருந்து எட்டிப் பார்த்தது. வாயெல்லாம் பல்லாக வராந்தாவுக்கே வந்துவிட்டது. 'அடடே... மகாலிங்கம் தம்பியா, தைப்பிறை கண்டால்ல இருக்கு, என்ன தம்பி வழிதப்பி வந்துட்டீகளா.'

'ஒரு முக்கியமான விஷயமா மாமாவைப் பாத்திட்டுப் போகலாம்னு வந்தேன்க்கா, நல்ல சௌக்கியம்தானே'

வாத்தியாரின் மனைவி அடுப்பங்கரைக்குள் போய்விட்டது. மகாலிங்கம் மாப்பிள்ளை சுற்று முற்றும் பார்த்துவிட்டு, மெதுவாக ரகசியமாக ஏதோ கிசுகிசுத்தார். வாத்தியாரின் முகம் சுட்ட கருவாடாக மாறிக்கொண்டிருந்தது. வாத்தியாரின் மனைவி காப்பி கொண்டுவந்து கொடுத்த போது இருவரும் பேச்சை நிறுத்திக் கொண்டனர். காப்பியை குடித்ததும் வாத்தியார் மனைவியிடம் மெதுவாகச் சொன்னார்.

'மாப்பிள்ளையைக் கொண்டுபோய் பஸ்டாண்டுல விட்டுட்டு, முக்கியமான ஒரு வேலை இருக்கு அதை என்னனு பாத்திட்டு வாரன்'

வாத்தியாரின் கொதிக்கும் மனசைப் போலவே புல்லட்டும் ஒரே உதையில் சீறியது. மாப்பிள்ளையை பஸ்டாண்டில் இறக்கி விட்டு பக்கத்து ஊரில் போய் வண்டியை நிறுத்தினார். வாத்தியாரைக் கண்டதும் தன் சொந்தங்கள் கூடிவிட்டது. அவரவர் முறை சொல்லி உரிமையோடு வரவேற்றார்கள். அண்ணன் முறை உள்ள ஒருவரின் வீட்டினுள் அமர்ந்து தன் பேச்சை ஆரம்பித்தார்.

'இங்கே தெக்குத் தெருவிலிருந்து கருப்பசாமி அப்பிடினு ஒரு பய காலேஜ்ல படிக்கானா'

'ஆமா... நம்ம இருளாண்டியோட மகன், நல்ல பையனாச்சே, அவங்க வீட்ல எல்லாருமே கவர்மெண்ட்ல வேலை பாக்காங்க, இந்தப் பையனோட மூத்த அண்ணன் மிலிட்டரியில இருக்கான், இன்னொரு அண்ணன் சப்இன்ஸ்பெக்டர், மத்தப்படி நல்ல குடும்பம், இதுவரை எந்த வம்பு தும்புக்கும் போனது கெடையாது. தெருதான் தெக்குத் தெருவே ஒழிய எல்லாருமே கவர்மெண்ட் உத்தியோகம் பாக்கிறவுங்க'

அண்ணன் சொன்னதைக் கேட்டதும் தம்பி முத்துப்பாண்டி வாத்தியாருக்கு சப்த நாடியும் ஒடுங்கிப் போய்விட்டது. தேடி வந்த ஆட்கள் சுண்டெலிகள் இல்லை என்பதைப் புரிந்து கொண்டார். ஆழ்ந்த பெருமூச்சை வெளியிட்டார்.

'என்ன தம்பி, என்னமோ மாதிரி இருக்கீக, என்ன விஷயம், சொல்லுங்க, பணம் எதுவும் குடுக்கணுமா, சொல்லுங்க தம்பி, நம்ம சொன்னா கேட்பாங்க, நல்ல குடும்பம், கருப்பசாமிதான் கடைக்குட்டிப் பையன், சம்சாரித்தனமும் இருக்கு, நம்ம சொல்ல மீறிப் போறவங்க கெடையாது, நாம அங்க போவம், இல்ல வரச் சொல்லுவோம்.'

எதுவுமே சொல்லாமல் இன்னொரு நாளைக்கு வருகிறேன் என்று சொல்லிவிட்டு மௌனமாக புல்லட்டில் பறந்தார். நிம்மதியாக வீட்டில் இருக்க முடியவில்லை. ஓயாமல் புகைத்த சிகரெட் புகை வீட்டை நிறைத்தது. வாத்தியார் இப்படி இருப்பது ஒன்றும் புதிதல்ல என்று அவருடைய மனைவி முத்துச் செல்விக்குத் தெரியும். கொடுக்கல் வாங்கல்களில் சில நேரம் வார்த்தைகள் தடித்து சண்டையாகி விடுவதுண்டு. அப்படியான நேரங்களில் இரண்டு மூன்று நாட்கள்கூட முகத்தை உம் என்று வைத்துக்கொண்டு திரிவார்.

சாயங்காலம் வாத்தியாரின் வீடு அல்லோகலப்பட்டது. வாத்தியார் ருத்ர தாண்டவம் ஆடினார். மனைவியும் இரண்டு மகள்களும் பயந்து நடுங்கிக்கொண்டு மௌனமாக நின்றார்கள். கல்லூரியில் படிக்கும் மூத்த மகள் மட்டும் அழுதுகொண்டிருந்தாள். வாத்தியார் சரமாரியாக உத்திரவுகளைப் போட்டார்.

'நாளையிலருந்து நீ காலேஜ்க்குப் போகக் கூடாது. வீட்டை விட்டு எங்கேயும் வெளியே செல்லக் கூடாது, செல்போனைக் கொண்டா.'

செல்போன் சிதறு தேங்காயைப் போல் சுக்கு நூறாக நொறுங் கியது. வேகவேகமாக எங்கேயோ புறப்பட்டுப் போனார். தாயும் மகள்களும் அழுது தீர்த்தார்கள். இளைய மகள் சிலையாக உட்கார்ந்திருந்தாள். இருட்டுகிற வரை வீட்டுக்கு வராத வாத்தியார் இருட்டிய பின்னர் தன் மனைவியின் தம்பியான மச்சினனுடன் வீட்டுக்கு வந்தார். யாரும் யாருடனும் பேசிக் கொள்ளவில்லை.

வாத்தியாரின் மனைவி இரவு முழுக்க கொட்டக் கொட்ட முழித்திருந்தாள். நடு இரவு எங்கோ ஒரு குழந்தை அழும் சத்தம். தன் வீட்டு மரத்தில் படபடத்து, சிறகடித்து, கிளைவிட்டுக் கிளை தாவும் பறவையின் சிறகடிப்பு. தன் கணவரும் தன் தம்பியும் இரகசியமாக ஏதோ பேசிக்கொள்வதும், அவர்களுக்குள்ளே சிரித்துக்கொள்வதும் அவளுக்கு ஒரு பீதியை உண்டாக்கியது.

நடுச்சாமம் இரண்டு மகள்களும் தூங்கிக்கொண்டிருந்த அறையை எட்டிப் பார்த்தாள். மூத்த மகளைக் காணவில்லை. தனியாக இளையவள் மட்டுமே உறங்கிக்கொண்டிருந்தாள். அறை முழுவதும் தேடி, வீடு முழுவதும் தேடியும் மகளைக் காண வில்லை. வீட்டைத் திறந்து வெளியே வந்தாள். மரத்தடியில் தன் கணவரும் தன் தம்பியும் நிற்பதைப் பார்த்தாள். தன் மூத்த மகள் மரத்தில் பிணமாக தொங்கிக்கொண்டிருந்தாள்.

'அட, சண்டாளி... பாதகத்தி, என்னையவிட்டுப் போயிட்டியே...'

'வெளியில ஏதாவது ஒரு வார்த்தை பேசுன, உன் மகளுக்குக் கிடைச்ச இதே கதிதான் ஒனக்கும்'

'அட, கொலகாரப் பாவிகளா, நீங்க வெளங்க மாட்டீக, பொட்டுப் பொடுக்னு போயிருவீக'

'உன் மக யாரு கூட சகவாசம் வச்சிருந்தானு தெரியுமா, நம்ம மானம் மரியாதை எல்லாமே சந்தி சிரிக்குது. நம்ம ஜாதி என்ன, அந்தஸ்து என்ன, ஊர்ல எப்பிடி தல நிமிந்து நடக்கிறது, எவனாவது மதிப்பானா, சொந்த பந்தமெல்லாம் மூஞ்சியில் காரித்துப்புவான், மானம்தான் பெரிசு, மானங்கெட்ட கழுதை இன்னைக்கோட தொலஞ்சது'

பொழுது விடிந்த போது ஊர் ஜனம் முழுக்க வாத்தியாரின் வீட்டின் முன் கூடியிருந்தது. வாத்தியார் மனைவி முத்துச் செல்வியின் அழுகைச் சத்தமும், இளைய மகளின் அழுகைச் சத்தமும் பலமாய் கேட்டது. சோகமே உருவான முகத்துடன் வாத்தியாரும் மச்சினனும் வாசலோரம் நின்றுகொண்டிருந்தார்கள்.

ஊர் பலவாறாகப் பேசித் தீர்த்தது. பரீட்சையில் பெயிலாகி விட்டாளாம், வாத்தியார் சத்தம் போட்டாராம், இல்ல செல் போன்ல யாரு கூடயோ ஓயாம பேசினாளாம், அப்பிடியில்லக்கா சங்கிலியை யாருக்கோ குடுத்திட்டு தொலஞ்சு போச்னு பொய்

சொன்னாளாம், லவ் மேட்டர் வீட்ல கண்டிச்சாங்களாம் தூக்கு மாட்டிக்கிட்டா இப்படியான யூகங்கள் பேசுபொருளாகிப் போனதில் வியப்பேதுமில்லை. வாத்தியாரின் மனைவியின் அழுகைச் சத்தமும் இளைய மகளின் அழுகைச் சத்தமும் பலமாக கேட்டது.

நடை பிணமாகிப் போன வாத்தியாரின் மனைவியும் இளைய மகளும் ஊமையாக நடமாடினார்கள். எல்லா விஷயமும் தெரிந்தும் எதுவும் பேசாமல் பொம்மையாய் நடமாடினாள் வாத்தியாரின் மனைவி. அவள் மனசில் எப்போதும் எச்சரிக்கை மணி ஒலித்துக்கொண்டேயிருந்தது.

‘கௌரவத்துக்காக தான் பெத்த மகளையே ஈவு இரக்கம் இல்லாமல் கொல்ற பாவி, பொண்டாட்டிய கொல்ல மாட்டானா?’

‘தன் உடன் பிறந்த அக்காள் மகள் என்றும் பாராமல் கொலை செய்யும் தம்பி அக்காளைக் கொல்லமாட்டான் என்பது என்ன நிச்சயம்’ ஒவ்வொரு நிமிஷமும் பதறித் துடித்தாள்.

சில நாட்களிலேயே வழக்கம் போல் புல்லட் வண்டிச் சத்தம் அலறியது. நடை பிணமாகிப் போன முத்துச் செல்வி மொத்தத்தில் பேசுவதையும், வீட்டுக்கு வெளியே தலைகாட்டுவதையும் நிறுத்திக்கொண்டாள். இளைய மகளுடன் இரண்டொரு வார்த்தைகள் பேசுவதோடு சரி.

சாயங்கால நேரம் முற்றத்தில் விளையாடிக்கொண்டிருந்த தன் நாய்க்குட்டியின் அலறல் சத்தம் கேட்டு ஓடினார் வாத்தியார். வண்டியில் அடிபட்டுக் கிடந்த நாய்க் குட்டியை ஆவலோடு தூக்கினார். உடல் நசுங்கி செத்துப்போன நாய்க்குட்டியை மார்போடு அணைத்துக்கொண்டு வீட்டுக்குள் ஓடிவந்தார். நெருப்பாகக் கனன்றுகொண்டிருந்த எரிமலை வெடித்தது.

‘பெத்த மகளைக் கொன்று தூக்குல தொங்க விடும் போது ஒரு சொட்டு கண்ணீர் வரல, இன்னைக்கு நாய்க்குட்டி செத்துப் போச்சுனு கண்ணுல கண்ணீர் வருது, ஒனக்கு வாக்கப்பட்டதுக்குப் பதில் ஒரு நாய்க்கு வாக்கப்பட்டு ரெண்டு குட்டி போட்டிருந்தாக் கூட அந்த நாய் கண்ணுல ரெண்டு சொட்டு கண்ணீர் வரும்’

‘ஏய்... போடி, ஒன் தம்பியும் சேர்ந்து தான் கொன்னான், போ... போயி... ஒன் தம்பியைக் கேள்’

தினமும் பயந்து பயந்து செத்துக்கொண்டு ஒரு கைதியைப் போல் வாழ்ந்தாள் முத்துச் செல்வி. இளைய மகளைப் பார்த்துக் கண்ணீர்விட்டாள்.

நள்ளிரவு வாத்தியார் போட்ட கூப்பாட்டில் ஊரே கூடியது. தன் மேலெல்லாம் தீ பற்றி எரிய வாத்தியார் வீடெல்லாம் ஓடி ஓடி அலறித்துடித்து ஆடி அடங்கி கரிக்கட்டையாக மடிந்து போனார். ஊர் பலவாறாகப் பேசியது.

'மூத்த மகள் செத்ததிலிருந்து பாவம் ரொம்ப சோகமாகத்தான் இருந்தாரு, புள்ளைக மேல பாசமா இருப்பாரு, அவரால மறக்க முடியல, பாவம் பெட்ரோல ஊத்தி தீ வச்சுக்கிட்டாரு, அவரோட விதி அவ்வளவுதான்'

வாத்தியாரின் மனைவி முத்துச் செல்வியின் தம்பி வண்டியோட்ட பின்னால் உட்கார்ந்திருந்தாள் முத்துச் செல்வி. வாத்தியாருக்கு வரவேண்டிய பென்ஷன் பணம், வாரிசு சர்டிபிகேட் பெற போய்க்கொண்டிருந்தார்கள். தம்பி மெதுவாக பேச்சுக் கொடுத்தான்.

'யெக்கா... ஊருக்குள்ள என்ன பேசிக்கிறாங்க தெரியுமா'

'என்னடா பேசிக்கிறாங்க'

'மாமா மேல பெட்ரோல் ஊத்தி தீ வச்சு நீதான் கொன்னுட்டதாகப் பேசிக்கிறாங்க'

'ஊரு ஆயிரம் பேசும்டா, அது உண்மையாகிருமா? நிய்யும் எம் புருஷனும் சேர்ந்துதான் என்னோட மூத்த மகள கொன்னு தூக்குல தொங்கவிட்டதா பேசுது'

'... ...'

'என்னடா செல்லப்பாண்டி பேசாம இருக்கே, ஊரு ஆயிரம் பேசும், பேசிட்டுப் போகட்டும், டேய்... செல்லப்பாண்டி நான் ஒன்னோட கூடப்பிறந்த அக்காடா'

பெருத்த அலறலுடன் அரசு அலுவலகத்தின் முன்னால் நின்றது புல்லட் வண்டி. முத்துச் செல்வி வாத்தியாரின் வாரிசாக உள்ளே சென்றாள்.

□

5

பிடிசாதனை

சண்முகம் தம்பி வந்திருப்பதாக மனைவி சொன்னாள். சண்முகத்தின் அக்காளைத்தான் நான் மணம் முடித்திருக்கிறேன். அவன் முகம் குராவிப் போயிருந்தது. இது மாதிரி சோகத்தை நான் அவன் முகத்தில் பார்த்ததே இல்லை. போன வாரம் தான் நானும் என் மனைவியும் அவன் வீட்டுக்குப் போய்விட்டு வந்தோம். என்னை சந்திக்க வர வேண்டிய அவசியமும் இல்லை. மகளுக்குக் கல்யாண ஏற்பாடுகள் வேறு செய்துகொண்டிருந்தான். மதுரை மாப்பிள்ளை ரொம்ப திருப்தியென்றும், அதையே முடித்து விடலாமென்றும் பேசி விட்டு வந்திருந்தேன். சண்முகம் முகம் பேயறைந்தது மாதிரி இருந்தது.

'என்ன சண்முகம் என்ன விஷயம், ஏன் இப்படி டல்லா இருக்க'

'... ...'

'சொல்லுப்பா என்ன தயக்கம், நானும் ஒன்னோட அக்காவும் தான் இருக்கோம், எதுனாலும் தாராளமா சொல்லு, கல்யாண ஏற்பாடெல்லாம் நடக்குதில்ல'

'நடக்கு மாமா, ஆனா அந்த மாப்பிள்ள வேணாமாம். அதுக்கு மேல என்னத்த சொல்ல, மககிட்ட ஒரு வார்த்த கேக்காம சரின்னு சொன்னது தப்பா போச்சு'

'அவகிட்ட என்ன நம்ம கேக்கிறது. குத்துக்கல்லக் காட்டி கழுத்த நீட்டுனு சொன்னாலும் நீட்டணும், அப்படித்தான வளர்த்து வச்சிருக்கோம், சரி, இந்த மாப்பிள்ள வேணாம், வேற எந்த மாப்பிள்ளை வேணுமாம்'

'அத நீங்களே வந்து கேளுங்க, மாமாகிட்டயும் அத்தை

கிட்டயும் என்ன சொல்றானு பாப்போம்'

'உன்கிட்ட என்ன சொன்னா'

'என்கிட்ட இந்த மாப்பிள்ளை வேணாம்னு மட்டும்தான் சொல்றா. கல்யாணம் வேண்டாம்னு சொல்லல'

நானும் என் மனைவியும் வீட்டுக்குள் நுழைந்தபோது என்றைக்கும் போல் சங்கரம்மா தான் வரவேற்றாள்.

'வாங்க மாமா. அத்தை வாங்க.'

எதுவுமே நடக்காதது மாதிரி என்றைக்கும் போல் இயல்பாக இருந்தாள் சங்கரம்மாள். சண்முகமும் அவன் பொண்டாட்டியும் தான் தலப்புள்ள சாகக் குடுத்தவர்கள் மாதிரி முகங்குராவிப் போய் உட்கார்ந்திருந்தார்கள்.

சங்கரம்மாவின் அத்தை மாப்பிள்ளை என்ற வகையில் நான் உரிமையுடன் கேலி பண்ணுவேன். அவளும் யதார்த்தமாகவே பதிலளிப்பாள். அனைவரும் ரசிப்பார்கள். மெல்ல விஷயத்திற்கு வந்தேன்.

'என்ன சங்கரி நல்லாயிருக்கியா'

'இந்தா பாக்கீகளே மாமா எனக்கு என்ன கொறச்சல், எல்லாமே நல்லாத்தானே இருக்கு'

'ஒங்கய்யாவும் அம்மாவும் ரொம்ப வருத்தப்படுறாக'

'என்ன ஏதுனு தெரியலையே மாமா'

'வர்ர மாப்பிள்ளைக எல்லாத்தையும் வேண்டாம்னு சொல்றயாமே'

'மாமா ஜவுளிக்கடைக்குப் போனா நமக்குப் பிடிச்ச சேல, துணிமணியத்தான் எடுக்கோம், நகைக் கடைக்குப் போனா, நமக்கு பிடிச்ச டிசைன், பிடிச்ச நகையைத்தான் எடுக்கோம், அது மாதிரி எனக்குப் புடிச்ச மாப்பிள்ள வரட்டும் கல்யாணம் பண்ணிக்கிறன்'

'சொல்றத வெவரமா சொல்லு சங்கரி'

'இதுக்கு மேல என்ன வெவரம் மாமா வேணும்'

'இப்ப வந்த மதுரை மாப்பிள்ளைக்கு என்னம்மா கொறச்சல். சொந்தவீடு, காரு, கடைகன்னினு நெறய்யா சொத்து இருக்கு. ஒரே பையன், வேற பிச்சுப் பிடுங்கல் கெடையாது, சரினு சொல்ல வேண்டியதான'

'எல்லாம சரி மாமா மாப்பிள்ள எனக்குப் புடிக்கலையே'

'ஏன் புடிக்கலனு சொல்லு, சும்மா புடிக்கல, புடிக்கலனு சொன்னா என்ன அர்த்தம்'

'ஆளு அழகேந்திரன், படிப்பு இருக்கு, அந்தஸ்து இருக்கு, சொத்து சுகம் இன்னும் என்ன வேணும்'

'எனக்குப் புடிக்கலையே'

'அதத்தான கேக்கன், ஏன் புடிக்கலனு சொல்லு'

மௌனம் நிறைந்தது. சங்கரம்மாவின் வளர்ப்புக் கிளி ரெண்டு முறை கீ கீ என்று சத்தம் எழுப்பியது. அண்ணாந்து பார்த்தாள். லட்சுமி கூண்டுக்குள் அங்கும் இங்கும் நடந்துகொண்டிருந்தது. கொஞ்சம் போல் தண்ணீரைக் கொண்டுவந்து கூண்டுக்குள் இருந்த கிண்ணத்தில் ஊற்றினாள். கவிழ்ந்த அலகால் முக்கி முக்கி அண்ணாந்து தண்ணீர் குடித்ததைப் பார்த்துக்கொண்டே நின்றாள். மாமா தண்ணீர் செம்பை உற்றுப் பார்த்தார். ஓடிப் போய் தண்ணீர் கொண்டு வந்து கொடுத்தாள்.

சங்கரம்மா சொன்ன பதிலைக் கேட்டு நானே அதிர்ந்து போனேன். சண்முகம் மாப்பிள்ளை மகளை வெட்ட அரிவாளை எடுக்க தாவினார். அவளுடைய அம்மா மௌனமாகிப் போனாள் வீட்டில் மயான அமைதி. சண்முகத்தை சாந்தப்படுத்தி உட்கார வைத்தேன். இங்கே நடப்பதை எல்லாம் பார்த்துக் கொண்டிருக்கும் லட்சுமி கிளி புரிந்துகொண்டதோ என்னமோ கீ கீ என்று கத்தியது.

'மாமா வாக்கப்பட்டா பொன்னுச்சாமிக்குத்தான் வாக்கப் படுவேன்'

'எந்தப் பொன்னுச்சாமி'

'நம்மூர்ல ஒத்தப் பொன்னுச்சாமிதான இருக்காரு'

'சங்கரி ஒனக்கென்ன பைத்தியமா புடிச்சிருக்கு, களவானிப்பய, வெட்டிப்பய, வேல வெட்டி இல்லாம ஊரச் சுத்திட்டு அலையிற புறம்போக்கு, ரெண்டு தடவ ஜெயிலுக்குப் போன பய.'

'எல்லாம் தெரியும் மாமா. எம் மனச அவர்ட்ட குடுத்திட்டன். இனிமே வேற ஒருத்தனுக்கு கழுத்த நீட்ட முடியாது, மனசு எங்க இருக்கோ அங்கதான் உடம்பும் இருக்கனும், மனசு ஒரு பக்கம் உடம்பு ஒரு பக்கம்னா, சக்கைதான் இருக்கும், சாறு இருக்காது.'

அமைதியாக கேட்டுக்கொண்டிருந்த சங்கரியின் அம்மா சொன்னாள்.

'பல பட்ற பேசுற பேச்சப் பாத்தியா, எடுப்பெடுத்த சிறுக்கி மனச குடுத்திட்டாலாம்ல்ல மனச, ஏங்கொணம் தெரியாம அலையிற. கட்டவெளக்குமாறு பிஞ்சு போகும் பிஞ்சு.'

உணர்ச்சிகளின் மேல் நின்றுகொண்டு எதைப் பேசினாலும் சரியாக வராது, ஆகவே அறிவைத் தேடிப் பேசலாம் என்று, எல்லாரையும் அமைதிப்படுத்தினேன். பெண்களின் விசும்பலையும் கேட்க முடிந்தது. கொஞ்சம் இடைவெளிவிட்டேன். தனியாகப் பேசலாமா என யோசித்தேன்.

'சரி, சங்கரி, இப்படி ஏங்கூட வா, ஒங்கிட்ட கொஞ்சம் தனியா பேசனும்'

'எதுக்கு மாமா தனியா பேசனும். சும்மா இங்கயே பேசுங்க. நீங்க என்ன கேக்கப் போறீகனு எனக்குத் தெரியும்'

'... ...'

'எவ்வளவு நாளா பழக்கம், எப்பிடிப் பழக்கம், எங்க வச்சு சந்திச்சீக, வயித்துல கொழந்த வளருதா இதுதான.'

'... ...'

'ஒனக்கு வாய் ரொம்ப நீளம்டி, அவிசாரி, எல்லாம் ஒங்கப்பன் குடுத்த செல்லம், நாம்னா இழுத்து வச்சு நாக்க அறுத்திருவன்'

என் முன்னால் சங்கரி இப்படிப் பேசுபவள் இல்லை. கேலி கிண்டல் உண்டே ஒழிய, மத்தப்படி சாந்தமான ஒரு சராசரி பெண். எப்படி வந்தது இந்தத் துணிச்சல். வெளியில் ஒன்றுமே தெரியாத புற்றுக்குள்ளிருந்து சரமாரியாகப் புறப்பட்டு வெளியேறும் ஈசல் களைப் போல் சங்கரியின் வாயிலிருந்து வார்த்தைகள் தடையின்றி வந்துகொண்டிருந்தன.

'இங்க கேளுங்க மாமா, நீங்க நெனைக்கிற மாதிரி எதுவும் நடந்துரல. அவன்கூட குடும்பம் நடத்தல. என்னோட சுண்டு விரல் நகத்தக்கூட அவன் தொட்டதில்ல. அவனோட மேல்ல பட்ட காத்துகூட என்மேல பட்டதில்ல.'

'பெறகு எதுக்கு பிடிசாதன பண்ற'

'மனசக் குடுத்திட்டன மாமா. நான் என்ன செய்ய. ரெண்டே

ரெண்டாட்ட பத்துப்பத்து நிமிஷம் தான் அவன்கூட பேசியிருக்கன், எனக்கு அவன் இல்லனா செத்தே போவன்.'

'நீ சொல்றதுல ஏதாவது ஞாயம் இருக்கா சங்கரி, ஊரு ஒலகம் ஒப்ப வேணாமா. என்ன பேசும், நம்ம அந்தஸ்து என்ன, தகுதி என்ன, எங்களையெல்லாம் எவனாவது மதிப்பானா.'

சாவு வீட்டில் உட்கார்ந்திருப்பவர்களைப் போல் மூலைக்கொருவராய் இருந்த என் மனைவி, சண்முகம், அவன் மனைவி எல்லாரையும் பார்க்க பரிதாபமாய் இருந்தது. முகங்களில் களையில்லை. சிக்கலான விஷயமாகிப் போனது சங்கரம்மாள் விவகாரம். போன வருஷம்தான் என் உறவுக்காரப் பெண் காதல் விவகாரத்தில் தற்கொலை பண்ணியிருந்தாள். தினமும் பத்திரிகைகளில் தற்கொலை செய்திகள் வந்துகொண்டுதான் இருக்கின்றன. சங்கரம்மாளின் முகத்தில் இம்மியளவுகூட கவலையோ வருத்தமோ இல்லை.

மனசின் ஆழங்களில் ஏற்படும் காயங்களை ஆற்றுவது என்பது எளிதல்ல. உடல் காயங்களைப் போல் வெளியில் தெரியாது. ஊது புண்ணாக உள்ளிருந்து ரணமாகி அழுகி நாற்றமெடுத்து ஆறாத வடுவாய் தங்கிக்கொள்ளும். இரண்டு நாட்கள் இருந்து பிரச்சினையை சீர்படுத்திவிட்டுப் போகலாம் என்று அங்கேயே தங்கிவிட்டேன். சண்முகம் புசுக் புசுக் என்று அரிவாளை தூக்குபவன் என்று எனக்குத் தெரியும்.

என்னுடைய திட்டத்திற்கு சண்முகம் மாப்பிள்ளை கோயில் மாடு மாதிரி தலையசைத்து சம்மதித்தார். பொன்னுச்சாமி எங்கே இருப்பான் என்பதை விசாரித்து அறிந்துகொண்டோம். கருப்பசாமி கோயில் புளியமர நிழல் இதமாயிருந்தது. பதினெட்டுப் படிக்கு மேல் இடது கையில் வல்லயக்கம்பும் வலது கையில் வீச்சரிவாளுமாய் நாக்கைத் துருத்திக்கொண்டு ஆக்ரோஷமாய் நின்றார் கருப்பசாமி. ஏனோ கருப்பசாமியைப் பார்க்கும் போது எனக்கு சண்முகம் மாப்பிள்ளையின் முகம் வந்துபோனது. அவர் வேஷ்டிக்குள் அரிவாளை மறைத்து மடித்துக் கட்டியிருந்தார். எப்படிப் பார்த்தாலும் வெளியே தெரியாது. அது ஒரு கலை.

தூரத்தில் வருவது சந்தேகமே இல்லை, பொன்னுச்சாமியே தான். சண்முகம் மாப்பிள்ளை ஓடிப்போய் புளியமரத்து தூரில்

ஒளிந்துகொண்டார். நான் கோவிலுக்குப் பின்புறம் சுவரின் மறைவில் பதுங்கினேன். பீடியைக் குடித்தபடியே சாதாரணமாக வந்து கொண்டிருந்தான். புளிய மர நிழலைத் தொட்டவுடன் சண்முகம் மாப்பிள்ளையும் நானும் ஒரே நேரத்தில் வெளிப் பட்டவுடன் பதறிப் போனான். முகம் பேயறைந்தது மாதிரி ஆயிற்று. மாப்பிள்ளை வேஷ்டிக்குள்ளிருந்து அரிவாளை எடுத்த வுடன் இருவரையும் கையெடுத்துக் கும்பிட்டான். நாங்கள் பேசி வைத்திருந்தபடியே சண்முகம் மாப்பிள்ளையைக் கட்டிப் பிடித்தேன். அவர் கவுண்டமணி மாதிரி துள்ளினார். ஒரு வழியாக அவரை சாந்தப்படுத்தி, அரிவாளை பிடுங்கி என் கையில் வைத்துக் கொண்டேன்.

'யேல... ஏ... புறம்போக்கு நாயே சங்கரம்மாளுக்கும் ஒனக்கும் என்னல பழக்கம்'

'ஒரு பழக்கமும் இல்ல, ஊரணிக்குத் துணிமணி தொவைக்க வந்துச்சு, அந்த வழியா நான் வந்தனா ரெண்டு நாளா பேசிக்கிட்டு இருந்தோம்'

'தனியா இருக்கிற பொம்பளப் புள்ளைகிட்ட என்னடா பேச்சு'

'நான் போறன் போறனு சொன்னாலும் என்னய விடவே இல்ல, இரு பொன்னு போவம், இரு பொன்னு போவம்னு, பேசிக்கிட்டே இருக்கு'

'இனிமேப்பட அவகூட பேசக் கூடாது'

'சரிங்க அய்யா'

'நாளைக்கு ஊரவிட்டுப் போயிரனும், அவளுக்குக் கல்யாணம் முடிஞ்சப் பெறவுதான் ஊருக்குள்ள வரணும் தெரியுதா'

'சரிங்க அய்யா'

'அத மீறி ஊருக்குள்ள தல காட்னா, தல இந்தப் புளிய மரத்துல தான் தொங்கும் தெரிஞ்சுக்கோ, இந்தா இதுல கொஞ்சம் பணம் இருக்கு வச்சுக்கோ, திடுதிப்னு ஊரவிட்டுப் போனா எங்க போவ அதுதான் பணம் இந்தா'

'பணம் வேண்டாம்ங்க, காலையில ஊரவிட்டுப் போயிரன், இருந்தா தலைய வெட்டிருங்க'

என்ன சொல்லியும் பணத்தை வாங்க மறுத்துவிட்டான்.

வேகவேகமாய் நடந்து தலைமறைவாய் போய்விட்டான். எனக்கும் சந்தோஷம். சண்முகம் மாப்பிள்ளைக்கு அதைவிட சந்தோஷம். இம்மி கூட எதிர்ப்பில்லாமல் எதிரி சரணடைந்து விட்டால் சந்தோஷம் இருக்காதா என்ன. சொன்னபடியே மறுநாள் பயலைக் காணோம். நாலைந்து மாசம் கழித்து மெதுவாக கல்யாணப் பேச்சை ஆரம்பித்தேன். மாடு வசத்துக்கு வந்து விட்டது. சங்கரம்மா எவ்வித ஆதங்கத்தையும் காட்டவில்லை.

'இப்பிடி ஓடிப் போற காடோடிப் பயல நம்பி கல்யாணமே வேணாம்னியே, ஓடு காலிப் பய எங்கயோ ஓடிட்டான்.'

'சரி, மாமா அது இருக்கட்டும், இப்ப நான் என்ன செய்யனும் அதச் சொல்லுங்க.'

'இன்னும் சின்னப்புள்ள மாதிரியே பேசாதம்மா, ஒஞ் சொவட்டுக்காரிகளுக்குக் கல்யாணமாகி புள்ள குட்டிக இருக்கு. காலாகாலத்துல கல்யாணம் பண்ண வேண்டாமா, பேரன் பேத்திகள பாக்கிற ஆசை ஒங்க அய்யாவுக்கும் அம்மாளுக்கும் இருக்காதா.'

'மாமா நீங்க எந்த மாப்பிள்ளைக்குக் கழுத்த நீட்டச் சொல்றீங்களோ கழுத்த நீட்ட நான் தயார் போதுமா. குத்துக்கல்ல கட்டி வச்சாலும் கட்டிக்கிற தயார். ஆனா ஒன்னு மாமா, கல்யாணம் கட்டி வைங்க, நீங்க கட்டி வைக்கிற மாப்பிள்ளைக்கு புள்ளையும் பெத்து தாரன், ஏம்னா கல்யாணம் கட்னப் பெறவு புள்ளப் பெறாம இருக்கக் கூடாதில்ல, எல்லாம் நடக்கும், நெற வீட்லநின்னு சத்தியம் பண்ணிச் சொல்றன், எல்லாரும் நல்லா கேட்டுக்கோங்க, என்னைக்கி பொன்னுச்சாமி வந்து எம் முன்னால நின்னு வாடி போவம்னு சொல்லிட்டா அடுத்த நிமிஷமே கிளம்பிருவன், இது சத்தியம். புள்ளைக இருந்தாலும், அது எம் புள்ளைக இல்ல, எம் மூலமா பொறந்த புள்ளைக, அம்புட்டுத்தான். மனசு இன்னொருத்தன் கிட்ட இருக்கும்போது எவனோ ஒருத்தனுக்கு முந்தி விரிச்சுப் பெத்தா அது எப்பிடி என் புள்ளைகளாகும்.'

'கழுதைக்கு அந்தப் பய மை வச்சிருப்பான்னு நெனைக்கன். பய ஊரவிட்டுப் போயி எட்டு மாசமாகுது, இன்னும் மறக்கலையே.'

சங்கரம்மாவின் கல்யாணம் தடபுடலாய் நடந்தது.

சந்தோஷமாக மதுரைக்கு வாழ்க்கைப்பட்டுப் போனாள். அடுத்தடுத்து இரண்டு பிள்ளைகள், ஆண் ஒன்று பெண் ஒன்று. கல்யாணமாகி மூன்றாண்டுகள் ஓடிவிட்டன. இரண்டாம் பிரசவத்திற்கு ஊருக்கு வந்திருந்தாள். முதல் குழந்தைக்கு மூன்று வயசு. எங்கிருந்தோ பொன்னுச்சாமி வந்திருப்பதாகப் பேசிக் கொண்டார்கள். அது ஒரு விஷயமாகவே இல்லை.

ஆனால் அன்று பொழுது விடிந்தபோது சங்கரம்மாவைக் காணவில்லை. பொன்னுச்சாமியையும் காணவில்லை. பால்குடி மறக்காத எட்டு மாசக் குழந்தை அழுதது. மூன்று வயசு பையன் அம்மாவுக்காக ஏங்கினான். ஆனால் ஊர் சொன்னது.

'சமர்த்தி சொன்னது மாதிரியே செஞ்சுட்டாளே. என்னைக்கு அந்தப் பய வந்து வாடி போகலாம்னா, புள்ளைகளையும் போட்டுட்டுக் கௌம்பிருவேன்னு சொன்னாளே.'

சங்கரம்மாவின் கதையை சங்கரம்மா கோவிலுக்கு முன்னால் கூடியிருந்த ஏராளமானவர்களில் ஒருவராக இருந்த பிச்சையாக் கிழவன் சொல்லச் சொல்ல நிறையப் பேர் கேட்டுக்கொண்டிருந் தார்கள். தன்னுடைய தொண்ணூறு வயதையும் மீறி கிழவன் சந்தோஷமாக இருந்தான்.

'அந்த ரெண்டு புள்ளைகளையும் அவுக அம்மாவும் அய்யாவும் வளர்த்து ஆளாக்கிட்டாக. பொம்பளப்புள்ளைக்கு அஞ்சு புள்ளைக அந்த அஞ்சும் எங்கெங்கயோ இருக்குக. எனக்கு ஆறு புள்ளைக. இருபத்தாறு பேரன் பேத்திக, இந்தக் கூட்டமெல்லாம் அவுகதான்.'

'என்ன தாத்தா சொல்றீரு'

'சங்கரம்மாளோட மூத்த புள்ள நான்தான். தாய் முகமே தெரியாம வளர்ந்தவன்'

கிழவன் கண்களில் கண்ணீர். அது மகாபாரதத்தில் கர்ணன் வடித்த கண்ணீர். அங்கு கூடியிருக்கும் அத்தனை பேருமே சங்கரம்மாவின் கொடிவழி வந்த உறவுகள்.

□

6

எகத்தாளம்

அந்த ஊரிலும் சரி அவர் வேலை பார்க்கும் ஸ்டேஷனிலும் சரி வெரிகுட் ஏட்டையாவைத் தெரியாதவர்கள் இருக்க முடியாது. அப்படியும் தெரியவில்லை என்றால் செந்தூரக்கம் பொட்டு வைத்திருப்பாரே அவர்தான் என்றால் தெரிந்துவிடும். அவருடைய நிஜப்பெயர் கோபால்சாமி என்பது அவருக்குகூட மறந்திருக்கும். அந்த அளவுக்குப் பிரபலமாகிவிட்டது வெரிகுட் ஏட்டையா பெயர்.

அவருடன் யார் பேசினாலும் 'ம்' கொட்டி ஆமோதிக்கவோ தலையசைக்கவோ மாட்டார். மாறாக வார்த்தைக்கு வார்த்தை வெரிகுட், வெரிகுட் என்று சொல்லியபடியே தன் பேச்சைத் தொடர்வார். போலீஸ்துறையில் வேலை பார்ப்பவர் என்ற அடையாளம் அவர் அணிந்திருக்கும் காக்கிச் சட்டை மட்டும் தான். முகத்தில் இம்மிகூட கடுகடுப்பையோ, கோபத்தையோ முக இறுக்கத்தையோ பார்க்க முடியாது. ஒரு வேளை அவர் நெற்றியில் வைத்திருக்கும் குங்குமப் பொட்டுதான் அவருடைய முகத்தின் வசீகரத்திற்குக் காரணமோ என்னவோ, எப்போதும் சிரித்த முகமாக இருப்பது என்பது இயற்கையின் கொடையாகத்தான் இருக்க வேண்டும். சாதாரண மனிதனுக்கே ஆயிரம் பிரச்சினைகள் இருக்கும் போது ஏட்டையா பதவி என்பது காலாட்டி உட்கார்ந்து கொண்டு சம்பளம் வாங்கும் வேலையா, இல்லை மகாராஜாவா. தினமும் பலதரப்பட்ட மனிதர்களைச் சந்திக்க வேண்டும். பல்வேறு உயர் அதிகாரிகளுக்கு பதில் சொல்ல வேண்டும். சில நேரங்களில் நீதிமன்றங்களுக்கும் செல்ல வேண்டும். இதற் கிடையில் குடும்பப் பிரச்சினைகளையும் கவனிக்க வேண்டும்.

இவ்வளவு பிரச்சினைகளுக்கு இடையிலும் எப்படி எப்போதும் சிரித்தமுகமாக இருக்க முடிகிறது.

அப்படிப்பட்ட முகம் கடந்த இரண்டு நாட்களாக குராவிப் போய்க் கிடக்கிறது. இப்படி அவர் முகம் குராவி இருப்பதை என்றைக்குமே பார்த்ததில்லை சூர்யத்தம்மாள். வீட்டில் சந்தோஷ மான நிகழ்வுகள்தான் நடந்திருக்கின்றனவே ஒழிய வருத்தப் படுகிறபடி எந்தச் சம்பவமும் நடைபெறவில்லை. தங்களுடைய மூத்த மகள் சாந்தி வயசுக்கு வந்திருப்பது சந்தோஷமான விஷய மில்லையா.

வயசுக்கு வந்த தன் மகளுக்குத் தலைக்குத் தண்ணீர் ஊற்றுகிற சடங்கை சொந்த பந்தங்களுடன் நல்லபடியாகத்தான் நடத்தினார் ஏட்டையா. எந்தக் குறையுமில்லை. எப்படியாவது அவருடைய முகவாட்டத்திற்குக் காரணம் கண்டுபிடிக்க முடியாமல் தோற்றுப் போனார் சூர்யத்தம்மாள். பிரகாசமாக எரியும் திரி எண்ணெய் இருக்கும்போதே கருகிப் போனால் எப்படியிருக்குமோ அப்படி இருந்தது ஏட்டையாவின் முகம். வழக்கமாக சிரிப்பாணியும் கும்மாளமுமாய் போலீஸ் கதைகளைச் சொல்லிச் சொல்லிச் சிரிக்கும் அந்த குதூகலம் கொஞ்ச நாட்களாக எங்கோ போய் ஒளிந்துகொண்டது.

அவர் போன வாரம் தன்னிடமும் குழந்தைகளிடமும் சொல்லிச் சொல்லி சிரித்த கதையை நினைவுகூர்ந்தாள் சூர்யத்தம்மாள். அன்றைக்கு அவர் வீட்டுக்கு வந்த போதே சிரித்த முகமாகத்தான் வந்தார். அப்போதே சூர்யத்தம்மாளும் பிள்ளைகளும் இன்னைக்கு ஒரு ரசனையான சம்பவத்தை அப்பா சொல்லப் போகிறார் என்பதை யூகித்துக்கொண்டார்கள். அதற்கான நேரம் பெரும்பாலும் எல்லோரும் ஒன்றாக உட்காந்து சாப்பிடுகிற நேரமாகத்தான் இருக்கும். ஏட்டையாவால் அதற்கு மேல் சொல்லாமல் அடக்கி வைத்திருக்கவும் முடியாது.

'உங்க எல்லாருக்கும் கிட்ணசாமி ஏட்டையாவைத் தெரியுமில்ல.'

'நல்லாவே தெரியும். நம்ம வீட்டுக்கு நிறைய தடவை வந்திருக்கார், இம்மாம் பெரிய தொந்தி.'

'வெரிகுட், அவரேதான் நடக்கவே முடியாத அவரு ரொம்ப நாளா யாராலையும் பிடிக்க முடியாத பெரிய திருடனைப்

பிடிச்சிட்டாரு. ஸ்டேஷன்ல எல்லாருக்கும் ஒரே ஆச்சரியம், பல திருட்டுக் கேஸ் அவன் மேல இருக்கு.'

'என்னப்பா அந்த ஏட்டையாவுக்கு தொந்திய வச்சிக்கிட்டு நடக்கவே முடியல, அவரு எப்படிப்பா அவ்வளவு பெரிய திருடனப் புடிச்சாரு'

'ஸ்டேஷன்ல எல்லார்கிட்டயும் பின்னால் கூடி மறைஞ்சு போய் பிடிச்சன்னு சொல்லிட்டாரு, ஆனா எங்கிட்ட மட்டும்தான் உண்மையைச் சொன்னாரு'

'அப்பா சொல்லுங்கப்பா எப்படிப்பா பிடிச்சாரு.'

சூர்யத்தம்மாளும் பிள்ளைகளும் கதையைக் கேட்க ஆவலாய் இருக்க வெரிகுட் ஏட்டையா, தொந்தி ஏட்டையா திருடனைப் பிடித்த கதையைச் சொல்லத் தொடங்கினார்.

'அந்தத் திருடனோட பட்டப்பேரே வெள்ளக்குதிரை. அவனோட ஓட்டத்தை யாருமே பிடிக்க முடியாது. பல தடவை நாங்க விரட்டிப் பிடிக்க முடியாம தப்பிச்சிருக்கான். ஒரு வீச்சுல ஓடி மறைஞ்சிருவான். அன்னைக்கு நம்ம தொந்தி ஏட்டையா ஓட்டல்ல சாப்பிட்டுட்டு வெளிய வந்திருக்காரு, நம்ம திருடன் வெள்ளக் குதிரை சாப்பிட ஓட்டல் வாசலுக்கு வாரான். ஏட்டையாவக் கண்டதும் ஓட ஆரம்பிச்சிட்டான். ஏட்டையா தொந்தியை இழுத்திட்டுக் கொஞ்ச தூரம் ஓடியிருக்காரு, அதுக்கு மேல ஓடமுடியல அப்படியே மேல்மூச்சு கீழ்மூச்சு வாங்க நிக்காரு. திருடன் திரும்பிப் பார்த்திருக்கான் பின்னால் ஏட்டையா வரல, அவனும் அப்படியே நின்னுட்டான். ஒடனே ஏட்டையா பேசியிருக்காரு, டேய்... வெள்ள, இது ஒனக்கே நல்லாயிக்காடா, கொஞ்சமாவது நன்றி விசுவாசம் இருக்காடா உன்கிட்ட, எத்தனை தடவை ஒனக்கு ஸ்டேஷன்ல என் கைக்காசைச் செலவழித்து சோறு வாங்கித் தந்திருக்கேன், ஒனக்கும் எனக்கும் உள்ள பழக்கம் இன்னைக்கு நேத்து உள்ள பழக்கமாடா, நாளப்பின்ன நம்ம ஒருத்தர் மூஞ்சியில் ஒருத்தர் எப்பிடிடா முழிக்கிறது வெள்ளை, ஒரே ஒரு தரம் என்கூட ஸ்டேஷனுக்கு வாடா, என் தோள் பட்டையில் உன் புண்ணியத்துல இன்னொரு வெள்ளக்கோடு வாங்கிக்கிறேன், ஒனக்குக் கோடி புண்ணியம்டா வெள்ளை. அந்தத் திருடன் வெள்ளக்குதிரை மனசு இறங்கி இவர் கூடவே ஸ்டேஷனுக்கு வந்திட்டான். எஸ்ஐ, இன்ஸ்பெக்டர் எல்லாருக்கும்

ஒரே ஆச்சரியம்.'

கதையைக் கேட்டதும் சூர்யத்தம்மாளும் பிள்ளைகளும் வாய்விட்டுச் சிரித்தார்கள். வெரிகுட் ஏட்டையா தானும் சேர்ந்து சிரித்தார். இப்படியான சந்தோஷத்தை அவர் முகத்தில் காண வில்லை. புதிதாக வந்திருக்கும் சப்இன்ஸ்பெக்டர் ரவி, இளைஞர் நேரடியாகத் தேர்ந்தெடுக்கப்பட்டு பதவி ஏற்றிருப்பவர். அவருடைய நடவடிக்கைகள் யாருக்குமே பிடிக்கவில்லை. இம்மி கூட அனுபவமில்லாமல், அவர் சக காவலர்களை நடத்தும் விதம் மிகமிக மோசமானது. வயதான காவலர்களை ஒருமையில் அழைப்பது யோவ் செவன் நாட்திரி, இங்க வாய்யா என்று நம்பரைச் சொல்லி அழைப்பது. இது மாதிரி ஏராளமான சம்பவங்களை சகித்துக்கொண்டார்கள்.

தன் மூத்தமகள் வயசுக்கு வந்திருக்கிற விஷயத்தைச் சொல்லி தலைக்குத் தண்ணீர் ஊற்றுகிற சடங்கிற்காக ஒரு நாள் லீவு கேட்டார். சக காவலர்கள் மத்தியில் சப்இன்ஸ்பெக்டர் பேசிய பேச்சு வெரிகுட் ஏட்டையாவை முகம் சுளிக்க வைத்தது.

'என்னது, மகள் வயசுக்கு வந்திருக்காளா, எதுக்கய்யா மக வயசுக்கு வந்தா, சொல்லும் மக எதுக்கு வயசுக்கு வந்தானு சொல்லு, லீவு தாரன்.'

மத்த காவலர்கள் சிரிக்க வேண்டும் என்பதற்காக அசட்டையாக சிரித்தார்கள். வெரிகுட் ஏட்டையா அழுகாத குறையாக அவமானப் பட்டு நின்றுகொண்டிருந்தார். அன்றையிலிருந்து அவர் முகத்தில் சிரிப்பு மறைந்து போனது. மாறாக கடுகடுப்பு குடியேறியது. இதுமாதிரி பலருடைய வெறுப்பை சம்பாதித்துக்கொண்ட சப்இன்ஸ்பெக்டர் ரவியின் நடத்தையில் எந்த மாற்றமும் இல்லை.

ஜீப் டிரைவர் செல்லச்சாமி ஏட்டையா அழுகாத குறையாக புலம்பிக்கொண்டிருந்தார். ஆனாலும் என்னசெய்ய முடியும். புலம்பத்தான் முடியும். சப்இன்ஸ்பெக்டர் ரவியும் டிரைவர் செல்லச்சாமி ஏட்டையாவும் ஹோட்டலுக்கு சாப்பிடப் போயிருக் கிறார்கள். அந்த ஹோட்டலில் தான் சாப்பிட்ட இலையைத் தான்தான் எடுக்க வேண்டும். எச்சிலை எடுக்க தனியே ஆள் கிடையாது. எஸ்ஐ. சாப்பிட்டுவிட்டு இலையை எடுக்காமல் போயிருக்கிறார். ஹோட்டல் சிப்பந்தி இலையை எடுக்க் வேண்டும் என்று சொல்ல, உடனே சப்-இன்ஸ்பெக்டர்,

ஏட்டையாவைக் கூப்பிட்டு தான் சாப்பிட்ட எச்சிலையை எடுக்கச் சொல்ல, கூனிக்குறுகி அந்த சீனியர் ஏட்டையா, வாழ்க்கையில் முதன்முறையாக எச்சிலை எடுத்திருக்கிறார். அன்றையிலிருந்து அவர் முகமே எப்போதும் கடுகடுப்பாக மாறிவிட்டது.

போலீஸ்காரர்களைக் கடைக்கு அனுப்பி டீ, சிகரெட் வாங்கி வரச் சொல்வது. ஆனால் காசு கொடுப்பதில்லை எப்படி காசு கேட்பது என்று மனசுக்குள்ளேயே மருகிக்கொண்டிருக்கும் போலீஸ்காரர்கள் ஏராளம்.

வெரிகுட் ஏட்டையா தனியே உட்கார்ந்திருந்தார். போலீஸ்காரர் சந்திரன் முகவாட்டத்துடன் ஏட்டையாவிடம் வந்தார். ஒரே ஒரு நாள் லீவுக்காக மூன்று நாட்களாக சப்இன்ஸ்பெக்டரிடம் கேட்டும் இன்னும் லீவு கிடைக்கவில்லை என்ற சோகம். போலீஸ்காரர் சந்திரனின் மனைவி தனியார் பள்ளியில் வெளியூரில் வேலை பார்ப்பதால் மனைவி மாற்றலாகி வர முடியவே முடியாது. தான் எந்த ஊருக்கு மாறிப்போனாலும் குடும்பத்தைக் கொண்டுவர இயலாத வருத்தம். தான் மட்டுமே தனியாக இருந்து ஓட்டலில் சாப்பிட்டு, பாவம் சந்திரன் போலீஸ் ஒவ்வொரு தடவை வேலை மாற்றம் போடுகிற போது தன் மனைவி வேலை பார்க்கும் ஊரான தூத்துக்குடிக்கு மாற்றல் கேட்டு எழுதிக் கொடுப்பார். ஒவ்வொரு தடவையும் வேறு ஏதாவது ஊருக்கு மாற்றுவார்களே தவிர தன் மனைவி வேலை பார்க்கும் தூத்துக்குடிக்கு மாற்றவே மாட்டார்கள். தான் ஒரு பக்கம், மனைவி ஒரு பக்கம், பிள்ளைகள் இரண்டும் ஆளுக்கொரு பக்கம், சில நேரம் ரொம்பவும் சலித்துக் கொள்வார். அப்படியான நேரங்களில் வெரிகுட் ஏட்டையாதான் கொஞ்சம் ஆறுதலான வார்த்தைகளைச் சொல்வார்.

'அவசரப்பட்டு எந்த முடிவும் எடுத்துராதீரும். மனைவியும் வேலை பார்க்கட்டும், நீரும் கொஞ்ச நாள் சமாளியும். பிள்ளைங்க ரெண்டும் படிக்காங்க. யாராவது ஒருத்தன் வேலைக்குப் போய்ட்டா, அப்புறம் நீரு துணிஞ்சு வேலையை விட்றலாம், நிம்மதியா இருக்கலாம். அவசரப்பட்டா புள்ளைகள கரையேத்துறது கஷ்டம்'

அந்த ஊரையே கதிகலங்க வைத்துக்கொண்டிருந்த பிரபல ரவுடி வெயில்காளை. கொலை, கொள்ளை, திருட்டுக் கும்பல்களுக்கு தாதாவாகவும், கூலிப்படைத் தலைவனாகவும் செயல்படுபவன்.

அவனை எப்படியாவது கைது பண்ணிவிட வேண்டும் என்று மாவட்டம் முழுவதும் உஷார்படுத்தப்பட்டு வலைவீசித் தேடிக் கொண்டிருந்தது போலீஸ். அனைவரின் கண்களிலும் மண்ணைத் தூவிவிட்டு தொடர்ந்து நடமாடிக்கொண்டிருந்தான் வெயில் காளை. சப்இன்ஸ்பெக்டர் ரவிக்கு மேலதிகாரிகளின் தொந்தரவு அதிகரித்துக்கொண்டே போனது.

என்றைக்கும் போல்தான் அன்றைய பொழுதும் விடிந்தது. அதிகாலை ஏழு மணி வெயில்காளை தன்னுடைய காதலி மஞ்சக்குருவியின் வீட்டில் இருப்பதாக உளவுத்துறைத் தகவல் சொன்னதும் காவல் நிலையம் பரபரப்படைந்தது. ஐந்தே நிமிடம் தான் போலீஸ் ஜீப் உறுமியது. செல்லச்சாமி ஏட்டையா ஜீப்பை ஓட்ட சப்இன்ஸ்பெக்டர் ரவி கம்பீரமாக உட்கார்ந்திருந்தார். ஜீப்புக்குள் வெரிகுட் ஏட்டையாவும், போலீஸ்காரர் சந்திரனும்.

'ஏட்டையா, இன்னைக்கு எந்தக் காரணத்தைக் கொண்டும் தப்பவிட்றக் கூடாது. எப்பிடியும் சுற்றி வளைச்சு அமுக்கிறனும், தோட்டத்துல தனியா இருந்த பொம்பளைய கழுத்த அறுத்துப் போட்டுட்டு, சங்கலியைக் கொள்ளையடிச்சது இவன்தான்னு நேத்து கன்ப்பார்ம் ஆகிருச்சு. நேத்து டிஎஸ்பி கூப்பிட்டு அரைமணி நேரம் டோஸ் விட்டார். மேலருந்து அவருக்கு நெருக்குதல் ஜாஸ்தியா இருக்கிறதா சொன்னார். கவனமா வீட்டைச் சுற்றி வளைச்சு கோழிக்குஞ்சியை அமுக்குறது மாதிரி லபக்னு அமுக்கிறனும், இதுல தப்பவிட்டாப் போச்சு, நமக்கு தண்ணி இல்லாத காடுதான்.'

விடியக்கருக்கலில் போலீஸ் ஜீப்பைக் கண்டதும் கிராமத்து ஜனங்கள் ஆச்சரியமாகப் பார்த்தார்கள். கூட்டம் கூட விடாமல் பொதுமக்களை விரட்டியது போலீஸ். ஊரின் தெக்கோடியில் மஞ்சக்குருவியின் வீடு—உள்பக்கமாகப் பூட்டியிருந்த வீட்டை போலீஸ் சுற்றி வளைத்தது. சப்இன்ஸ்பெக்டர் ரவி வாசலுக்கு நேர் எதிரே நின்றார். ஜீப் சத்தம் கேட்டவுடனே சுதாரித்துக் கொண்டிருக்க வேண்டும் வெயில்காளை. சப்இன்ஸ்பெக்டர் கதவைத் தட்டினார்.

'டேய்...வெய்யில் ஒழுங்கா வெளியே வந்திருடா'

நீண்ட மௌனம், வீட்டுக்குள்ளிருந்து எந்த சத்தமும் கேட்கவில்லை. மயான அமைதி. மீண்டும் மீண்டும் குரல்

கொடுத்துக்கொண்டே இருந்தார். சப்இன்ஸ்பெக்டர் ரவி தன் இடுப்பிலிருந்து ரிவால்வரை எடுக்கும் முன்னால் கதவைத் திறந்து கொண்டு மின்னல் வேகத்தில் பாய்ந்து வந்தான் வெய்யில்காளை. கையில் பளபளக்கும் பிச்சுவாக்கத்தி. சப்இன்ஸ்பெக்டரும் வெயில் காளையும் மல்லுக் கட்டினார்கள். உறைக்குள்ளிருந்து ரிவால்வரை எடுக்க முயன்றார் சப்இன்ஸ்பெக்டர். கைகளை இறுக்கிப் பிடித்துக்கொண்ட வெய்யில் காளை குத்த முயன்றான்.

வெரிகுட் ஏட்டையாவும் டிரைவர் செல்லச்சாமி ஏட்டையாவும் கிட்டத்தில் போகவில்லை. போலீஸ்காரர் சந்திரன் வேடிக்கை பார்த்துக்கொண்டிருந்தார். நொடிப் பொழுதுதான் சப்இன்ஸ் பெக்டரை கத்தியால் குத்திவிட்டு ஓட்டம் பிடித்தான் வெயில் காளை, ஏட்டையாவின் வாய் முணுமுணுத்தது.

'வெரிகுட்'

காலையில் எல்லா தினசரிப் பத்திரிகைகளிலும் தலைப்புச் செய்தியாக வந்திருந்த செய்தி பிரபல கொள்ளைக்காரனைப் பிடிக்க முயன்ற போலீஸ்காரர்களுக்குக் கத்திக்குத்து. சப் இன்ஸ்பெக்டர் சாவு மற்ற மூவருக்குக் காயம். சம்பவம் நடந்த இடத்தை மாவட்ட கண்காணிப்பாளர் பார்வையிட்டுக் காய மடைந்த காவலர்களைச் சந்தித்து ஆறுதல் கூறினார்.

7

சித்தன்

கல்மண்டபத்தை மூடிவிட்டது, தாமிரபரணியின் வெள்ளம். இரு கரைகளையும் தொட்டுக்கொண்டு சுளித்தோடும் தாமிரபரணி. கரைகளை மட்டுமா தொட்டுக்கொண்டு ஓடுகிறாள் தாமிரபரணி. கரையெங்கும் படிந்திருக்கும் ஆயிரமாயிரம் கதைகளையும் கலாச்சாரப் பண்பாட்டு விழுமியங்களையும் தழுவிச் செல்கிறாள் தாமிரபரணித் தாய். படித்துறைகள், கால்வாய்கள், கல்மண்டபங்கள், கரையோரச் சிறு தெய்வங்கள், மரங்கள் ஒவ்வொன்றிலும் புதைந்து கிடக்கின்றன ஓராயிரம் வரலாறுகளும், தொன்மங்களும் கதைகளும். பிரிட்டிஷ் கால துரைகளின் வரலாறும் உண்டு. இதோ பெரிய வரலாற்றைச் சுமந்துகொண்டு திருநெல்வேலியையும், பாளையங்கோட்டையையும் இணைக்கும் சுலோச்சன முதலியார் கட்டிய பாலம். முதலியார் இன்னும் நம்மிடையே வாழ்ந்துகொண்டுதான் இருக்கிறார், இன்னும் வாழ்வார்.

இதோ சுளித்தோடும் தாமிரபரணி, சுறுசுறுப்பாகும் படித்துறை. கந்தசாமிப் புலவர் தண்ணீருக்குள் இறங்க யாரோ ஒருவர் உதவி செய்கிறார். பிறவியிலேயே பார்வை இல்லாமல் பிறந்தாலும், தன்னுடைய பதினைந்து வயதில் நதியில் நீராடி அன்றாடம் முருகனைப் பாடும் நிகழ்வு முப்பதாண்டுகளாகத் தொடர்கிறது. பௌர்ணமியன்று திருச்செந்தூர் கடல் மூழ்கி எழுந்து முருகனைத் தொழுது மறுநாள் ஊர்வந்து சேர்வார். நதிக்கரையில் நீராடி, பட்டை பட்டையாய் திருநீறு பூசி குங்குமப் பொட்டுடன் மரத்தடியில் அமர்ந்தால் பாட்டு பாட்டு பாட்டு. முருகன் தவிர்த்து யார் மீதும் ஒரு வார்த்தை பாடமாட்டார். நதிக்கரை மரத்தடியில் கூட்டம்கூட கேட்கவா வேண்டும். புலவரின் பாட்டைக்

கேட்கவும், உரையாடவும் ஒரு கூட்டம் எப்போதும் அவரைச் சுற்றி இருக்கும். முறைகாரர்களும் இருப்பார்கள்.

'கந்தசாமி மாப்பிள்ளை தினமும் ஓயாம முருகனைப் பற்றியே பாடுறீரே, வள்ளி தெய்வானையைப் பத்தி ரெண்டு பாட்டு எடுத்துவிடலாம்ல'

கோமதிநாயகம் பிள்ளை கந்தசாமிப் புலவருக்கு மாமா உறவு. கேலி கிண்டலுக்குப் பஞ்சமேயிருக்காது.

'மாமா எதுக்கு வள்ளிமேல பாட்டுப்படிக்கச் சொல்றார்னு தெரியுமா, அவரோட மகள் பேரு வள்ளியம்மாள், நான் வள்ளிமேல பாட, அவ நம்மளத்தான் மாமா பாடுறாகனு நெனச்சு இங்க வந்து என் பக்கத்துல உட்கார்ந்துக்கிட்டா நான் என்ன செய்ய, மாமா நயா பைசா செலவில்லாம நம்ம கழுத்துல கட்டியிறலாம்னு நெனைக்காக.'

கூட்டம் ஆரவாரம் போட்டு குதூகலிக்க, புலவர் அடுத்த பாட்டைத் தொடர்வார்.

'ஏன், மாப்பிள்ளை இப்படி விடிஞ்சதிலிருந்து அடையிற வரைக்கும் தொண்டைத் தண்ணியப் பாழாக்குறீரே இதனால உமக்கு என்ன லாபம்.'

'எங்கப்பன் முருகன், என்னைக்கிருந்தாலும் எனக்கு கண் பார்வை கொடுப்பான், இது நிச்சயம்.'

'முப்பது வருஷமா கொடுக்காத பார்வையை இனிமேல் கொடுக்கப் போறானாக்கும்.'

'எதுக்கும் ஒரு காலம் நேரம் வரனும் மாமா. அது வரும்போது எங்கப்பன் பார்வை என் மேல் விழும். அப்ப என் கண்கள் தானா திறக்கும் இது உறுதி.'

'அவ்வளவு உறுதியா நம்புறீரா மாப்பிள்ள.'

'மாமா, இங்க கேளும், முருகனுக்கு லட்சோபலட்சம் பக்தர்கள் இருக்கலாம். ஆனா நான்தான் முதல் பக்தன். என்னைப்போல யாருமே இருக்க முடியாது. முருகனைத் தவிர்த்து வேற எந்தச் சாமியையாவது என் நாக்கு உச்சரித்தது கிடையாது. முருகனுக்கு என்னைப்போல் ஒரு பக்தன் இந்த உலகத்தில் இருக்கவே முடியாது.'

கந்தசாமிப் புலவரின் பக்தி எப்படி கூடிக்கொண்டே போனதோ அதே போல் அவருடைய அகந்தையும் கூடிக்கொண்டே போனது. என்னைப் போல் ஒரு பக்தன் முருகனுக்கு இருக்கவே முடியாது. நானே முருகனுக்கு முதல் பக்தன். பாட்டுக்கிடையில் புலவர் அடிக்கடி வெற்றிலை போட்டுக்கொள்வார். முப்பது வருஷ சோதனையை முடிவுக்குக் கொண்டு வரவும், கந்தசாமிப் புலவரின் தான்தான் என்கிற அகந்தையை அடக்கவும் முடிவு செய்தார் எம் பெருமான் முருகன்.

செந்தூரில் முருகனுக்கு அலங்காரம் செய்துகொண்டிருந்த சுப்பிரமணிய ஐயர் பதறிப் போனார். முருகன் மேல் சாத்தியிருந்த அங்கவஸ்திரம் முழுவதும் வெற்றிலை எச்சில் வழிந்து கொண்டிருந்தது.

'முருகா... என்ன அநியாயம் இது. எங்கிருந்து வந்தது வெற்றிலை எச்சில், நான் வெற்றிலை போடுபவன் இல்லை. பக்கத்திலும் வெற்றிலை போடுகிற ஆட்கள் யாருமில்லை. முருகா... என்னை சோதிக்காதே... முருகா...'

திடீரென்று கேட்ட அசரீரியில் ஐயர் பதறிப் போனார். குரல் தெளிவாகக் கேட்டது.

'சுப்பிரமணியரே பயப்படாதீரும். சொல்வதைக் கவனமாகக் கேளும் நாளை பௌர்ணமி, காலையில் கடலில் நீராடி, என்னைப் புகழ்ந்து பாடியபடி இரு கண்களையும் இழந்த ஒருவன் வருவான். என் சிரசில் இருந்து ஒரு பூவை எடுத்து அவனுடைய ஒரு கண்ணில் வை. அவனுக்கு ஒரு கண் பார்வையை யாம் கொடுப்போம். உடனே இன்னொரு கண்பார்வை எங்கே என்று கேட்பான். அவனை உடனே பாஞ்சாலங்குறிச்சிக்குப் போய் வீரபாண்டிய கட்டபொம்மனைப் பார்க்கச் சொல். இன்னொரு கண் கட்டபொம்மன் கொடுப்பான்' என்று சொன்னது அசரீரி. புலவர் பாஞ்சாலங்குறிச்சி போய் சேர்ந்தார்.

ஒருகண் பார்வையுடன் பாஞ்சாலங்குறிச்சி வந்துசேர்ந்த கந்தசாமிப் புலவரை வரவேற்று உபசரித்தார், வீரபாண்டிய கட்டபொம்மன். புலவருக்கு தான் என்னும் அகந்தை தலைக் கேறியது.

'கட்ட பொம்மா, நீயோ மக்களிடம் வரிப்பணம் வாங்கி அதில்

வயிற்றைக் கழுவுபவன். என்னைப் போல் தீவிர முருக பக்தன் கிடையாது. நீ எப்படி எனக்கு கண் கொடுப்பாய்.'

புலவரின் இந்தச் சொல்லைக் கேட்டதும் கட்டபொம்மன் கொதித்துப்போனான். வலதுகையில் வாளைப் பிடித்துக் கொண்டு இடது கையால் புலவரின் கையைப் பிடித்து இழுத்துக் கொண்டு ஜக்கம்மாள் கோவிலுக்குள் நுழைந்தான். அலங்கரிக்கப் பட்டு வேலுடன் நின்ற முருகன் முன்னால் புலவரை நிறுத்தினான்.

'கட்ட பொம்மா நீ வாளுடன் கோவிலுக்குள் வந்திருப்பது நியாயமல்ல. தர்ம சாஸ்திரங்களின்படி மகா தவறு. தய்வு செய்து வாளை வெளியே வைத்துவிட்டு வா. இல்லையென்றால் என்னை வெளியே அனுப்பு.'

புலவர் கோபமாகக் கத்தினார். பொம்மனோ எதையும் காதில் வாங்கிக்கொள்ளவில்லை. பயபக்தியுடன் முருகனை வணங்கி சிரசிலிருந்து ஒரு பூவை எடுத்துப் புலவரின் பார்வையற்ற கண்ணில் ஒற்றினான். புலவருக்கு மறு கண்ணிலும் பார்வை வந்துவிட்டது. புலவரோ சந்தோஷப்படவில்லை. மாறாக கட்டபொம்மனுடன் மல்லுக்கட்டி வாளைப் பிடுங்க முயன்றார்.

'வாளுடன் கோயிலுக்குள் வந்தது சாஸ்திர சம்பிரதாயங்களை மீறிய செயல், நீ கொடுத்த கண் எனக்குத் தேவையில்லை, வாளைக்கொடு, இப்போதே தோண்டி எடுத்து வெளியே எறிகிறேன். எனக்குப் பார்வை தேவையில்லை, உன்னுடைய இந்த அடாவடிச் செயலை நான் ஏற்றுக்கொள்ள மாட்டேன்.'

கட்டபொம்மனுடன் சரிமல்லுக்கட்டி வாளைப் பிடுங்க முயன்றார். கட்டபொம்மன் புலவரை சமாதானப்படுத்தி விட்டுச் சொன்னான்.

'புலவரே... கேளும், நான் வாளுடன் கோவிலுக்குள் நுழைந்தது எம்பெருமான் முருகனையோ, எம்குலதேவி ஜக்கம்மாவையோ அவமானப்படுத்த அல்ல. நான் ஒரு தீவிர முருக பக்தர், முருகன் சொன்னபடி உமக்குக் கண் கொடுக்கவில்லை என்றால், அதே வாளால் அந்த இடத்திலேயே என் இரண்டு கண்களையும் தோண்டி எறியவே வாளுடன் வந்தேன் புலவரே.'

இந்த வார்த்தைகளைக் கேட்டதும் கந்தசாமிப் புலவர் நிலை குலைந்து போனார். நானல்லவா முருகனின் முதன்மைப் பக்தன்

என்று இறுமாப்புகொண்டிருந்தேன். நானோ பார்வை கேட்டு பக்தனாக இருக்கிறேன். கட்டபொம்மனோ கண்களைத் தோண்டி எறிய ஆயத்தமான பக்தனாகவல்லவா இருக்கிறான்.

புலவர் திகைத்துப்போய் நின்றார். அப்போது ஒரு அசரீரி ஒலித்தது.

'புலவரே... நான்தான் முதன்மைப் பக்தன் என்ற உங்கள் அகந்தையை மாற்றிக்கொள்ளும். கட்டபொம்மன் மாதிரி, பட்டர் சுப்பிரமணிய ஐயர் மாதிரி ஆயிரமாயிரம் பக்தர்கள் உலகெங்கிலும் இருக்கிறார்கள். யாம் உமக்கு கண் கொடுக்க நினைத்தால் உங்கள் ஊரிலேயே வைத்துக் கொடுத்திருக்க முடியாதா, ஏன், என் சன்னதியில் வைத்து இரண்டு கண்களையும் கொடுத்திருக்க முடியாதா. உம்மைச் சோதித்து அகந்தையை அகற்றவே கட்ட பொம்மனைத் தேர்ந்தெடுத்தோம்.' அசரீரியின் குரல் நின்றதும் புலவர் நிதானத்துடன் கட்டபொம்மனைப் பார்த்தார்.

'கட்டபொம்மு மன்னரே... என்னை மன்னித்தருளும், என் அகந்தையால் நான் என்னென்னமோ பேசிவிட்டேன்.'

கால மாற்றங்கள் நிகழ கட்டபொம்மன் வெள்ளையர்களால் தூக்கிலிடப்பட்டான். சுற்றியுள்ள கிராமங்கள் அனைத்தும் கண்காணிப்பு வளையத்துக்குள் கொண்டுவரப்பட்டன. வெள்ளையர் களுக்கு எதிராகவும் கட்டபொம்மனுக்கு ஆதரவாகவும் யார் பேசினாலும் உடனடியாகக் கைது செய்யப்பட்டு, கடுமையான தண்டனைகள் வழங்கப்பட்டன. மக்கள் பீதியில் உறைந்து கிடந்தார்கள். ஊர் ஊருக்குச் சென்று கந்தசாமிப் புலவர் கட்ட பொம்மன் புகழ்பாடித் திரிந்தார். உடனடியாகக் கைது செய்யப் பட்டு வெள்ளைக்காரத் துரை மேஜர் வேல்ஸ் பிரபு முன்னால் நிறுத்தப்பட்டார். துபாஷி கிட்டுப்பிள்ளை புலவரை விசாரித்தார்.

'உம்முடைய பெயர் என்ன?'

'கந்தசாமிப் புலவர்'

'ஊர் ஊராகச் சென்று கட்டபொம்மன் புகழ் பாடித் திரிவதாக துரையவர்களுக்கு புகார் வந்துள்ளது. உண்மையா.'

'உண்மை துரையவர்களே, முழு உண்மை.'

'பாளையக்காரர்களுக்கு ஆதரவு கொடுத்தால் என்ன தண்டனை என்று உமக்குத் தெரியுமா.'

'தெரியும் துரையவர்களே, நன்றாகத் தெரியும். தலையைத் துண்டித்து பலாக்களையில் குத்தி ஊர்ஊராக ஊர்வலம் போய் மக்களிடம் காட்டுவீர்கள்.'

'அப்படியென்றால் எல்லாம் தெரிந்துதான் கட்டபொம்மன் புகழ் பாடித் திரிந்தீரா.'

'துரையவர்களே, எனக்குக் கண்கொடுத்த மகராசனை நான் பாடாமல் இருக்க முடியுமா பிரபுக்களே.'

'என்ன கட்டபொம்மன் கண் கொடுத்தானா.'

'ஆம் துரையவர்களே, என்னுடைய ஒரு கண் எங்கப்பன் முருகப்பெருமான் கொடுத்தது, மறுகண் மகாராசா வீரபாண்டிய கட்டபொம்மன் கொடுத்தது துரைகளே.'

'பொய் சொன்னால் என்ன நடக்கும் என்று தெரியுமல்லவா.'

நான் சொல்வது அனைத்தும் முழு உண்மை என்று சொல்லி விட்டு, புலவர் எல்லா சம்பவங்களையும் ஒன்றுவிடாமல் சொல்லி முடித்தார். கவனமாகக் கேட்டுக்கொண்டிருந்த மேஜர் வேல்ஸ் துரையும் துபாஷி கிட்டுப்பிள்ளையும் ஒருவர் முகத்தை ஒருவர் பார்த்துக்கொண்டார்கள்.

'நாளை உன்னுடைய இரண்டு கண்களையும் தோண்ட உத்தரவிடுகிறேன். கட்டபொம்மனும், முருகனும் வந்து கண் கொடுக்கிறார்களா என்று பார்க்கலாமா.'

'உத்திரவு துரையவர்களே அப்படியே செய்யுங்கள்.'

சுற்றியுள்ள அத்தனை கிராமங்களுக்கும் தண்டோரா போடப்பட்டு, மக்களிடம் சொல்லப்பட்டது. காலையிலேயே கூட்டங் கூட்டமாக மக்கள் கூடத்தொடங்கிவிட்டார்கள். கூட்டம் அலைமோதியது. புலவரை இழுத்து வர உத்தரவு பறந்தது. கம்பீரமாக வந்து நின்றார் கந்தசாமிப் புலவர்.

'துரையவர்களே, என்னுடைய புறக்கண்களைத்தான் உங்களால் தோண்டி எடுக்க முடியும், என் அகக்கண்களை யாராலும் தொட முடியாது. அதை வைத்து இந்த உலகத்தையே என்னால் பார்க்க முடியும் துரைகளே.'

'கிட்பிள்ளாய்...வாட்ஸ்மீன் அகக்கண்'

'துரையவர்களே, அவர்கள் சித்தர்கள், எதற்கும் பயப்பட

மாட்டார்கள். அவர்களுக்கு கண் ஒரு பொருட்டே அல்ல. முக்காலத்தையும் உணர்ந்த ஞானிகள் அவர்கள்.'

வேல்ஸ் துரை ஒரு எகத்தாளச் சிரிப்பு சிரித்தபடியே, புலவரின் இரண்டு கண்களையும் துணியால் கட்டும்படி உத்திரவிட்டார். அகக்கண் பார்வை தெரிகிறதா என்று எகத்தாளத்துடன் பரிகசித்து சிரித்தார். துபாஷி கேள்வி மேல் கேள்வி கேட்டார்.

'இப்ப துரை எங்க நிற்கிறார்'

'துரை குதிரையின் பக்கத்தில் நிற்கிறார்'

'துரையின் கைகளில் என்ன இருக்கிறது'

'வலது கையில் வாள், இடது கையில் தொப்பி'

'இப்ப துரை எங்க இருக்கிறார்'

'இப்ப துரை குதிரையின் மேல் உட்காந்திருக்காக'

'இந்தக் குதிரை ஆணா? பெண்ணா?'

'பெண்குதிரை'

'இப்ப தொரைக கையில் என்ன இருக்கு'

'கையில் ஒன்னுமில்ல, வெறுங்கையோட நிக்காரு'

மேஜர் வேல்ஸ் துரை பதறிப் போனார். துணிகளை அவிழ்த்து விட்டு, இரண்டு வீரர்களை அழைத்து இவனைக்கொண்டு போய் மாஞ்சோலை மலையுச்சியில் விட்டுவிட்டு வரும்படி உத்திர விட்டு, அங்கே உள்ள ஜில்லா பாரஸ்ட்டருக்கு உத்திரவு எழுதிக் கொடுத்தார். கரடிகளும், சிறுத்தைகளும், செந்நாய்களும், யானைகளும் வாழும் அடர்வனத்தில் போய் மிருகங்களுக்கு இரையாகிப் போகட்டும் என்று நினைத்திருக்கலாம். இரண்டு வீரர்கள் புலவரைக் கொண்டு போய் பாரஸ்ட் ஆபிஸரிடம் ஒப்படைத்து விட்டு வந்தார்கள். பத்து நாட்கள் கழித்து பாரஸ்ட் ஆபிஸரிடமிருந்து மேஜர் வேல்ஸ் துரைக்கு ஒரு கடிதம் வந்து சேர்ந்தது.

'மரியாதைக்குரிய மேஜர் வேல்ஸ் துரையவர்களுக்கு மாஞ் சோலை டிஸ்ட்ரிக் பாரஸ்ட் ஆபிஸர் கிங்ஸ்லி எழுதுவது. சில நாட்களுக்கு முன்னர் வனத்திற்குள் விடும்படி, தாங்கள் அனுப்பிய உங்கள் உத்திரவை நிறைவேற்றினேன். பயங்கர மிருகங்களால் அவன் கொல்லப்பட்டிருக்க வேண்டும். ஆனால் அவன் இன்னும்

சாகவில்லை. எல்லா மிருகங்களும் அவனை ஒன்றும் செய்ய வில்லை. வனம் முழுமையும் சுற்றியலைகிறான். ஒரே நேரத்தில் இரண்டுமூன்று இடங்களில் தென்பட்டதாக வாட்சர்கள் சொல் கிறார்கள். வருடக்கணக்காக பயங்கர கொடிய மிருகங்களுடன் வாழும் எங்களுக்கு இவனைக் கண்டால் பயமாக இருக்கிறது. தயவு செய்து ஏதாவது ஏற்பாடு செய்யுங்கள்.'

கடிதத்தைப் படித்த மேஜர் வேல்ஸ் துரை மௌனமாக உட்கார்ந்திருக்கார். ஆம் மகாவல்லமை பொருந்திய ராணுவத்தின் மேஜர் அவர்.

□

8

கவலைகள்

சிவானந்தம் பிள்ளையைத் தெரியாதவர்கள் பெரும்பாலும் இருக்க மாட்டார்கள். உள்ளூரிலேயே தாசில்தாராகப் பல வருடங்கள் பணி செய்து ஓய்வு பெற்றவர். இதயநோய் வைத்தியத்தில் நிபுணர் டாக்டர் வெங்கடேஷ் இவருடைய மகன் என்றால் மருமகள் சங்கரேஸ்வரி மகப்பேறு மருத்துவ நிபுணர். இன்னொரு மருமகள் மாஜிஸ்திரேட் கோர்டில் நீதிபதி, மகன் பேங்க் மானேஜர். இதுபோக கை நிறையப் பென்ஷன். பெயருக்குத்தான் வீட்டில் இருப்பார். மத்தப்படி மாதத்தில் பாதி நாட்கள் சிவானந்தம் பிள்ளையும் பார்வதியம்மாளும், இரண்டு மகன்களின் வீடுகளில் தான் வாசம். பேரன் பேத்திகளுடனும், மகன் மருமக்கள் என்று சந்தோஷமான குறைவற்ற மகிழ்ச்சியான வாழ்க்கை.

அப்படித்தான் நாம் நினைத்துக்கொண்டிருக்கிறோம். ஆனால் சிவானந்தம் பிள்ளையின் கவலைகளோ வேறு மாதிரியானவை. இதே மத்தியான நேரம், அனைவரும் ஒன்றாக அமர்ந்து மதிய உணவு சாப்பிட அமர்ந்திருக்கிறார்கள். உணவு வகைகள் எல்லாம் மேசையில் வரிசை வரிசையாக வைக்கப்பட்டுள்ளன. பரிமாறும் டாக்டர் மருமகளின் முகத்தில் சந்தோஷக் களையில்லை. மருமகளுடைய முகத்தையே உற்றுப்பார்க்கிறார் பிள்ளை. இவ்வளவு சோகமாக மருமகள் முகத்தைப் பார்த்ததே இல்லை. ஏதோ நடந்திருக்கிறது, என்னது என்றுதான் தெரியவில்லை. மகன் முகத்தில் இம்மிகூட கவலையில்லை. குழந்தைகளுடன் கொஞ்சிக்கொண்டே சாப்பாட்டில் முழுக்கவனம். அப்படியென்றால் கணவன் மனைவிக்குள் பிரச்சினையில்லை, இருந்திருந்தால்

மகன் முகம் காட்டிக் கொடுத்துவிடுமே. பணியாற்றும் மருத்துவ மனையில் ஏதாவது பிரச்சினையிருக்குமோ?

எல்லோரும் சாப்பிட்டுவிட்டுப் போனபின் தனியாக சோகத்துடன் சாப்பிட்டுக்கொண்டிருந்த மருமகளிடம் வந்தார்.

'என்னம்மா, நானும் கவனிச்சுக்கிட்டே இருக்கேன், முகத்தில் கொஞ்சம்கூட சுரத்தே இல்லை, என்னம்மா பிரச்சினை வெங்கடேஷ் எதுவும் சொன்னானா?'

'ஐயய்யோ... அதெல்லாம் ஒன்னுமில்ல மாமா...'

'அப்புறம் எதுக்கும்மா இப்பிடி சோகமா இருக்கே'

'இன்னைக்கு காலையில் ஒரு டெலிவரி மாமா, கஷ்டப்பட்ட பேமிலி, கிராமத்துக்காரங்க, கொழந்தை பிறந்திருச்சு ஆனா, தாய்க்கு இரத்தம் ஏத்தியாகனும், இல்லனா பிழைக்க மாட்டாங்க'

'இரத்தம் ஏத்த வேண்டியது தானேம்மா.'

'அது ஒரு ரேர் குரூப் இரத்தம், கிடைக்கிறது கஷ்டம், இந்த ஊரிலேயே மூன்றே மூன்று பேர்கிட்டத்தான் அந்தக் குரூப் ப்ளட் இருக்கு.'

இப்போது மருமகளிடம் இருந்த கவலையும் முகவாட்டமும் சிவானந்தம் பிள்ளையைப் பற்றிக்கொண்டன.

'இதையெல்லாம் உங்க மகன்கிட்ட சொன்னா வசவுதான் கிடைக்கும் மாமா, தீர்வு கிடைக்காது.'

அந்த ஊரிலுள்ள இரத்ததானக் கழகங்கள் குருதிக் கொடையாளர்கள் அத்தனை பேரையும் விசாரித்து, தன்னுடைய பழைய அலுவலக நண்பர்களின் உதவியுடன் ஏ ஒன் பி பாசிட்டிவ் அபூர்வ வகை இரத்தத்தைப் பெற்று, அந்தத் தாயும் சேயும் நலம். இனிமேல் பயமில்லை என்று மருமகள் சொன்னபோதுதான் சிவானந்தம் பிள்ளையின் முகம் மலர்ந்தது, சந்தோஷமாக சாப்பிட்டார். தன் மருமகளை நினைத்துப் பெருமைப்பட்டுக்கொண்டார், கவலைகள் சந்தோஷமாக மாறும்போது கிடைக்கும் மகிழ்ச்சி.

போன மாசம் இதே மாதிரியான ஒரு சம்பவம் நடந்ததை எண்ணி அசைபோட்டார். நீதிபதி மருமகளின் வீடு, சுரத்தே இல்லாத நடைபிணமாக மருமகள். சிவானந்தம் பிள்ளை உணர்ந்து கொண்டார். பிரச்சினை என்ன, பிரச்சினையின் மூலவேர் எது

என்று கண்டுபிடிக்க முயன்று தோற்றுக்கொண்டேயிருந்தார். அவர்களுடைய குடும்பத்திற்குள் பிரச்சினை இல்லை என்பதை உணர்ந்துகொண்ட பின்னரே மருமகளிடம் மெதுவாகப் பேச்சுக் கொடுத்தார். இந்தப் பேச்சை ஆரம்பித்த உடனேயே மகனுக்குக் கோபம் தாங்கவில்லை.

'அப்பா... ரெண்டு நாளா மூஞ்சிய உம்முனு வச்சுக்கிட்டு இருக்கா, இஞ்சி தின்ன கொரங்கு மாதிரி.'

'டே...ய், போடா, ஒன் சோலியப் பாத்திட்டு.'

சிவானந்தம் பிள்ளை எழுந்துபோய் தன் மருமகளின் முன்னால் உட்கார்ந்தார்.

'சொல்லும்மா, என்னம்மா பிரச்சினை.'

'மாமா, நான் ஒரு குற்றவாளியை விடுதலை பண்ணிட்டேன்.'

'தப்புமா, நிரபராதியைத்தானே விடுதலை பண்ணனும்.'

'சூழ்நிலைகள் அப்படி ஆகிப் போச்சு மாமா.'

'விவரமா சொல்லும்மா.'

பிள்ளை கொஞ்சம் படபடத்தார். நீதிமன்றங்களில் நிரபராதி களைத்தானே விடுதலை செய்வார்கள். குற்றவாளிகளை ஏன் விடுதலை செய்தாள். ஒன்றும் புரியாமல் குழம்பினார் சிவானந்தம் பிள்ளை. 'அதாவது மாமா ஒருவர் குற்றவாளினு ஐயமற நிரூபிக்கப் பட்டால்தான் தண்டனை கொடுக்க முடியும், ஒருவரைக் குற்றவாளின்னு நிரூபிக்க அரசாங்க வக்கீல்தான் வாதாடி நிரூபித்து தண்டனை பெற்றுத் தரணும். ஆனா சில அரசாங்க வக்கீல்கள் தங்கள் வேலைகளைச் சரியாகச் செய்வதில்லை, குற்றத்தை நிரூபிக்க கேட்க வேண்டிய கேள்விகளைக் கேட்காமல், தேவையற்ற கேள்விகளைக் கேட்டு நேரத்தை வீணடித்து, குற்றவாளியை விடுதலை செய்ய வைப்பது. நீதிபதிகளாகிய நாங்கள் ஓரளவுக்குத்தான் உதவிகள் செய்ய முடியும். அதற்கு மேல் ஒன்றும் செய்ய முடியாது. அரசாங்க வக்கீல்கள் பெரும்பாலும் ஆளும் கட்சியினரால் நியமிக்கப்படுபவர்கள். ஆள்பலம், பணபலம், எல்லாம் உடையவர்கள். அவர்களுக்கு சட்டமோ மனசாட்சியோ ஒரு பொருட்டே அல்ல.'

மருமகளின் பேச்சைக் கேட்டதும் அப்படியே சிலையாக ஸ்தம்பித்து உட்கார்ந்தபடியே மௌனமானார். அவரும் தாசில்தார்

அந்தஸ்தில் நிர்வாக மாஜிஸ்திரேட்டாக இருந்தவராயிற்றே. அரசாங்க வக்கீல்களாக ஆளுங்கட்சிப் பிரமுகர்களை நியமிப்பதை யாரால் தடுக்க முடியும்? யார் ஆளுகிறார்களோ அவர்களுடைய ஆட்களே அரசாங்க வக்கீல்கள், முக்கியப் பொறுப்புக்கள்.

இரண்டு மகன்களும், மருமக்களும் அரசாங்க உத்தியோகத்தில் இருப்பதால் நினைத்த மாத்திரத்தில் எங்கேயும் புறப்பட்டு விட முடியாது. இப்படியே தள்ளிப் போய்க்கொண்டிருந்த சுற்றுலா திட்டம் இப்போதும் கைகூடவில்லை. சிவானந்தம் பிள்ளை இந்தத் தடவை சந்தர்ப்பத்தை கைநழுவவிடவில்லை. கணவனும் மனைவியுமாக இருவர் மட்டுமே போவது என்று உறுதியாக நின்று டிக்கெட் வாங்கிவிட்டார். சேர்ந்து போக முடியவில்லையே என்ற வருத்தம் ஒரு பக்கம் இருந்தாலும், சந்தோஷமாகத்தான் வழியனுப்பி வைத்தார்கள் மகன்களும் மருமக்களும். காசி, கயா, ரிஷிகேஷ், ரிஷிவந்தியம், அலகாபாத், திரிவேணி சங்கமம், அப்படியே ஆக்ரா டெல்லி என்று கிட்டத்தட்ட வடநாட்டில் உள்ள அத்தனை வழிபாட்டுத் தலங்களையும் தரிசிக்க வேண்டும் என்ற ஆசை நிறைவேறுகிறது.

பிறந்தவுடன் குழந்தைகளைப் பதிவு செய்ய தவறிவிட்டு, நாலைந்து வயதானவுடன் பிறப்புச் சான்று அவசியம் என்ற நிலை வந்தவுடன், தாசில்தார்களால் மறுக்கப்பட்டவர்கள் நீதிமன்றத்தில் மனு செய்து நீதிமன்ற உத்திரவின் பேரில் பிறப்புச் சான்று பெற்றுக்கொள்வது நடைமுறை. அப்படியான ஒரு வழக்கை விசாரித்து முடித்திருந்தாள் சிவானந்தம் பிள்ளையின் நீதிபதி மருமகள் சுமதி. இது மாதிரியான வழக்குகள் அபூர்வமாகவே தாக்கலாகும். ஓரிரு நாட்களில் விசாரணையை முடித்து, சான்றிதழ் வழங்க பாத்தியப்பட்ட தாலுகா அலுவலகங்களுக்கு உத்திரவுகள் பிறப்பிக்கப்படும். தீர்ப்பு எழுத வேண்டிய நாள். தனக்கு வந்துள்ள கடிதங்களை வாசித்துக் குறிப்பெழுதிக் கொண்டிருந்தாள் நீதிபதி சுமதி. நீண்ட காக்கிநிறக் கவரை எடுத்து, திருப்பித் திருப்பி பார்த்தாள். தன் முகவரி தெளிவாக இருந்தது. அனுப்பியவரின் முகவரி இல்லவேயில்லை. ஆவலோடு பிரித்து வாசித்தாள்.

மகாகனம் பொருந்திய நீதிபதியின் சமூகத்திற்கு, உருளைகுடி கிராமத்தின் பொதுநலன் விரும்பி எழுதுவது.

எங்கள் ஊரிலிருந்து பிறப்பு சர்டிபிகேட் வழங்க உத்திரவிடக்

கோரி தங்களிடம் மனுச்செய்துள்ள தங்கம்மாள் கோர்ட்டில் கூறியுள்ள அனைத்தும் பொய். அது தான் பெற்ற குழந்தை என்று அவள் கூறுவது முழுப் பொய். ஏனெனில் தங்கம்மாள் குழந்தை பெற இயலாத ஒரு பெண். மேலும் அது திருடப்பட்ட குழந்தை, குழந்தையை விலைக்கு விற்றவர்களைக் கைது செய்து சிறையில் போடுங்கள். பொய் சொல்லி சான்றிதழ் கேட்டு விண்ணப்பித்த தங்கம்மாளையும் உடந்தையாக இருந்த அவளுடைய கணவனையும் சிறையில் தள்ளுங்கள். குழந்தையை மீட்டு காப்பகத்தில் ஒப்படையுங்கள். தீர விசாரித்தால் இது மாதிரியான குழந்தை திருட்டு கேஸ்கள் நிறைய்ய வெளிவரும்.

இப்படிக்கு

பொது நலன் விரும்பி

கடிதத்தைப் படித்து முடித்த சுமதிக்குத் தலைசுற்றியது. ஒரு நீண்ட பெருமூச்சு வெளிப்பட்டது. விசாரணையின் போது அப்புராணியாக நின்று அழுதுகொண்டே பேசிய அந்தத் தாயும் குழந்தையும் கண்முன் வந்து போனார்கள். கோர்ட் சிப்பந்தியை அழைத்து அந்தக் கடிதத்தைக் கொடுத்து பத்திரமாக தன்னுடைய டிராயரில் வைக்க உத்திரவிட்டாள். சர்டிபிகேட் இன்று வழங்கும்படி உத்திரவிடுவதை நிறுத்திவிட்டு, ஒரு வாரம் கழித்து வரும்படியான வாய்தா கொடுத்து அனுப்பினாள்.

இந்த ஒரு வாரமும் வீட்டில் கலகலப்பு மறைந்து போனது. நடமாடும் ஒரு கட்டையாக இயங்கினாள் சுமதி. இதனால் கணவன் மனைவிக்கும் சில நேரம் சண்டை சச்சரவுகள்கூட வந்தன. வாய்தா தேதி வந்தது; தாயும் மகளும் ஆஜராகியிருந்தனர். இருவரையும் தன்னுடைய சேம்பருக்குள் வைத்து விசாரித்தாள்.

‘உண்மையைச் சொல், இது யாருடைய குழந்தை, யாரிடம் வாங்கினாய், என்ன விலை, நீயே திருடினாயா?’

‘சத்தியமாக என்னுடைய குழந்தைதான்மா, நான் பெற்ற குழந்தைதான்மா.’

‘ஓகே... சரி, நீ குழந்தை பெற்றவள்தானா என்பதையறிய மருத்துவ சோதனைக்கு அனுப்பட்டுமா? இருவருக்குமான மரபணு சோதனைக்கு உத்திரவிடட்டுமா?’

அந்தத் தாய் அழுவதைப் பார்த்து குழந்தையும் அழுதது. யாரும் எதிர்பார்த்திருக்கமாட்டார்கள். அந்தத் தாய் சுமதியின் கால்களைப் பற்றிக்கொண்டு கதறினாள், பார்க்கவே பரிதாபமான காட்சி.

கல்யாணம் ஆகாமல் கள்ள உறவில் ஒரு கல்லூரி மாணவி பெற்றுக் கொடுத்ததையும், பிறந்ததிலிருந்து இந்த ஆறு வருடங்கள் நான்தான் வளர்த்து வருகிறேன் என்பதையும், இப்போது அந்தக் கல்லூரி மாணவி வேறொருவரைத் திருமணம் செய்துகொண்டு ஒசூரில் வசதியாக வாழ்வதையும், அவளுக்கு இப்போது இரண்டு குழந்தைகள் இருக்கிற விஷயத்தையும் சொல்லிவிட்டு என் குழந்தையை என்னிடமிருந்து பிரித்துவிடாதீர்கள் என்று சொல்லி அழுதாள். அடுத்த வாரத்திற்கு வழக்கைத் தள்ளி வைத்துவிட்டுத் தாயையும் மகளையும் அனுப்பி வைத்தாள் சுமதி.

அனைத்துக் கவலைகளையும் சுமந்துகொண்டுதான் வந்தாள் சுமதி. ஒரேயொரு வரிதான் எழுத வேண்டும். தாயையும் சேயையும் பிரித்துவிடும் தீர்ப்பு. பாவம் அந்தத் தாய், பாவம் அந்தக் குழந்தை ஆறு வருஷங்களாகத் தாயாக எண்ணியவளின் சோகம். தான் இனிமேல் குழந்தை பெறமாட்டோம் எனத் தெரிந்து தனக்கென ஒரு குழந்தை வேண்டும் என தத்தெடுத்து வளர்த்த தாயின் மனசு என்ன பாடுபடும். பெற்றுக் கொடுத்துவிட்டு சுக வாழ்வு வாழும் இன்னொரு தாயின் இருதலைக் கொள்ளி எறும்பு வாழ்க்கை. விஷயம் தெரிந்து வெட்ட வெளிச்சமாகி விட்டால் இப்போதைய இந்த வாழ்க்கையும் பறிபோகும். கூடவே இரு குழந்தைகளின் வாழ்வு, சுமதி குழம்பிப் போனாள்.

அவளால் தெளிவான ஒரு முடிவுக்கு வர இயலவில்லை. சில நேரம் தடித்த சட்டப் புத்தகங்களை வெறித்துப் பார்த்தாள். சில நேரம் சிடுசிடுப்பானாள், கோபமுற்றாள், இயல்பு இல்லாமல் போய்விட்டது. வாய்தா நாள் அதாவது தீர்ப்புக் கூற வேண்டிய நாள் நெருங்க நெருங்க சுமதி தன்னிலை மறந்து இயங்கிக் கொண்டிருந்தாள்.

சுற்றுலாத் தலங்களையெல்லாம் தரிசித்துவிட்டு வந்து ஹாய்யாக ஓய்வெடுத்துக்கொண்டிருந்த சிவானந்தம் பிள்ளை சுமதியைத் தனியே கண்டதும் பதறிப் போனார். முகம் வேற அருள் கெட்டுப் போயிருந்தது. பதற்றம் மேலிட சத்தமாகக் கேட்டார்.

'என்னம்மா... சுமதி... என்ன விஷயம்.'

மாமனாரும் மருமகளும் சாவகாசமாக விவாதித்தார்கள். நேரம் போனதே தெரியவில்லை. ஒரு தெளிந்த மனசுடன் வீடு திரும்பினாள். மறுநாள் தீர்ப்பு எழுதினாள். சம்பந்தப்பட்ட தாலுகா அலுவலக தாசில்தாருக்கு உத்திரவிட்டாள்.

'அந்தக் குழந்தைக்கு பள்ளிச் சான்றிதழில் குறிப்பிட்ட தேதியின் படி பிறப்புச் சான்று வழங்கவும்.'

சிவானந்தம் பிள்ளை அந்தக் குழந்தையிடம் கொடுக்கும்படி கொடுத்தனுப்பிய கங்கை நதிக்கரையோரம் வாங்கிய புல்லாங் குழல் ஊதும் கிருஷ்ண பரமாத்மாவின் சிலையைப் பரிசளித்து விட்டு நன்றாகப் படிக்கும்படி அறிவுறுத்தி அனுப்பிவிட்டு தன் இடத்தில் அமர்ந்தாள். தன்னெதிரே மாட்டப்பட்டுள்ள டாக்டர் அம்பேத்கர் புன்முறுவல் செய்ததை ரசித்துப் பார்த்துக் கொண்டிருந்தாள். வள்ளுவன் வந்து தனக்குத் துணை நின்றான்.

'நீ கூறுகின்ற பொய் நன்மை பயக்குமென்றால் அந்தப் பொய்யைச் சொன்னதற்காக வருத்தப்படத் தேவையில்லை.'

9

தாழம்பூ

எத்தனைதான் திட்டம் போட்டாலும், போட்ட திட்டம் நிறை வேறுவது என்னமோ நம் கையில் இல்லை போலும். பத்து நாள்களுக்கு முன்னரே திட்டமிட்டு எடுத்த குளிர்சாதன வசதி ரெயில் டிக்கெட்டை ரத்து செய்துவிட்டு காரில் பயணப்பட வைத்தது விதியின்றி வேறெது. சென்னையிலிருந்து வேகமாகச் சென்றால் பத்து மணி நேரப் பயணம், மிதமான வேகத்தில் சென்றால் பதினொரு மணி நேரப் பயணம்.

புறப்பட்டு ஆறு மணி நேரப் பயணம் முடிந்தது. கொளுத்தும் வெய்யில் குறைந்து கொஞ்சம் இதமான காற்று வீசியது.

'டிரைவர் எங்கேயாவது ஒரு கடையில் கொஞ்ச நேரம் வண்டியை நிறுத்து. காபி சாப்பிடலாம், கூட்டமில்லாத ஸ்பீக்கர் சவுண்டு இல்லாத, வண்டி நிறுத்த தோதான இடமாகப் பார்த்து நிறுத்து.'

சில சாலையோரக் கடைகளைப் பார்த்தால் சந்தைக் கடை தோற்றுப் போகும். சத்தமாக அலறும் கொச்சைப் பாடல்கள், நிறுத்திய காரை எடுக்கப்படும் சிரமம். சில இடங்களில் குமட்டும் மூத்திர நாற்றம். அதைவிட காசு காடுத்து மூத்திரம் கழிப்பது.

கூட்டமில்லாத அமைதியாக இருந்த ஒரு கடையின் ஓரத்தில் டிரைவர் வண்டியை ஓரங்கட்டினார். இரண்டொரு கார்கள்தான் நின்றுகொண்டிருந்தன. அதுவும் கேரளப் பதிவெண் கொண்ட கார்கள். மலையாளத்துக்காரர்களும் காட்டுக் கூப்பாடு, கொச்சைப் பாட்டு, மூத்திரவாடை ஆகியவற்றை விரும்பமாட்டார்கள் போலும். தோட்டமாக இருந்த இடத்தில்தானே தென்னை

மரங்கள் நிறைந்திருக்கும், சாட்சிக்கு கிணறு இருந்தது. சாயங்கால நேரமாகையால் காச் பூச் என்று பறவைச் சத்தங்களின் கூடடையும் பரபரப்பு.

காரில் ஏறப்போகும் போதுதான் கவனித்தேன். குட்டையான ஒரு பெஞ்சின் மேல் அப்போதுதான் பறித்து வந்த தாழம்பூக்கள் அடுக்கி வைக்கப்பட்டிருந்தன. பக்கத்தில் போன உடனேயே வாசனை அப்பிக்கொண்டது. மேலெல்லாம் கோடு கோடாய் காயம்பட்டிருந்த ஒருவன் வெற்று மேலுடன் உட்கார்ந்திருந்தான். அருகில் தரையில் குத்துக்கால் வைத்து உட்கார்ந்திருந்த பெண் ஒருத்தி, அவன் பக்கத்தில் விளையாடிக்கொண்டிருந்த ஒரு சிறுவன்.

எந்தப் பேரமும் பேசவில்லை. அவன் சொன்ன விலைக்கு மறுப்பேதும் பேசாமல் நான்கு தாழம்பூக்களை வாங்கிக் கொண்டேன். அருகிவரும் தாழம் புதர்களைப் பற்றியும், தாழம் பூவின் வாசனை பற்றியும் நினைத்தவுடன் வாங்க முடியாத தாழம்பூ பற்றியும் சிந்தித்துக்கொண்டே வண்டியில் ஏறி அமர்ந்தேன்.

சாதாரண பேப்பரில்தான் சுற்றிக்கொடுத்தான். கொண்டை நிறைய்ய மல்லிகைப் பூ சூடிய மனைவி அருகில் இருப்பது போல் தாழம்பூவின் மணம் கார் முழுக்கப் பரவி நாசியைத் துளைத்தது. எந்தப் பூவின் வாசனையைப் போல் இல்லாத செயற்கை வாசனைத் திரவியங்கள் கொடுக்க முடியாத தனித்த வாசனையை நெடுக நுகர்ந்துகொண்டே வந்தேன்.

நெடுக தாழம்பூவின் தனித்தன்மைகளை அசைபோட்ட படியே வாசனையில் மிதந்தேன். மற்ற பூக்கள் வாடியவுடன் வாசனையை இழந்துவிடும். ஆனால் தாழம்பூவோ வாட வாடத்தான் வாசனையை அதிகப்படுத்தும். பட்டுச் சேலையின் அடுக்கில் பீரோவுக்குள் வைத்துவிட்டு ஒரு மாசம் கழித்து சேலையை உடுத்தும் போதும் நாசியைத் துளைக்கும் வாசனை.

நான் வாங்கி வந்துள்ள தாழம்பூவைக் கண்டதும் என் மனைவிக்கு சந்தோஷம் பிடிபடவில்லை. என் மாமியாருக்கோ வாயெல்லாம் பல். எங்கள் வீட்டுக்குள் தாழம்பூ வந்த பின்னால் யார் வந்தாலும் தாழம்பூ வாசனையை நுகர்ந்து மட்டும் போகவில்லை.

'எங்கே கிடைத்தது, யார் கொண்டுவந்தார்கள்' என்ற கேள்வியையும் தவறாமல் கேட்டார்கள். மற்ற எல்லாப் பூக்களும்

மனிதர்களின் கழுத்தோடும், கூந்தல்களோடும் சம்பந்தப் பட்டவை. ஆனால் தாழம்பூ மட்டுமே பெண்களுக்காக பிரத்யேகமானது, கூந்தலை அலங்கரிப்பதோடு, உடைகளையும் வசீகரிக்க வைக்கிறது, குறிப்பாக பட்டுச் சேலைகளில் ஒட்டிக் கொள்ளும் அதன் வித்தியாச வாசனை எத்தனை பெண்களை திரும்பி பார்க்க வைக்கின்றன.

ஆசையாக வாங்கிய என் மனைவி ஒவ்வொரு மடலாகப் பிரித்து சேலையின் மடிப்புக்களில் வைத்துக்கொண்டிருந்தாள். இரண்டு பூக்களைப் பக்கத்து வீட்டுப் பழக்கங்களுக்குக் கொடுப்பதற்காக பத்திரப்படுத்தினாள். நாட்கள் செல்லச் செல்ல தாழம்பூவின் மடல்கள் வாட வாட வாசனையின் தூக்கல் வீடு நிறைந்தது. யதேச்சையாக எங்கள் வீட்டுக்கு வந்த டீச்சரம்மா வாசனையை நுகர்ந்த மாத்திரத்தில் சொன்னது என் மனைவியின் நெருங்கிய தோழியும்கூட.

'ஏ...ய், வசந்தி இந்தச் சனியன எதுக்குடி வாங்கியாந்த, இந்த வாசனைக்கு எங்கேயில்லாத பாம்பும் வீட்டுக்குள்ள வரும், அதுவும் போக சிவபெருமானால் சபிக்கப்பட்ட பூவுடி, வழியில போற சனியன வெல குடுத்து வாங்னாப்ல, யாராவது தாழம்பூ வாங்குவாகளா.'

டீச்சரின் பேச்சு கொஞ்சம் தாக்கத்தை ஏற்படுத்தியிருக்கிறது என்பதை என் மனைவியின் முகம் காட்டியது. குராவிய முகத்துடன் என்னிடம் வந்தாள்.

'ஏங்க டீச்சரம்மா அப்பிடிச் சொல்லிட்டுப் போகுது.'

'ஆமா... பாம்பு லிப்ட்ல ஏறி நாலாவது மாடிக்கு வருது.'

மனைவி அமைதியாகிப் போனாள். ஒரு காலத்தில் நீர் நிலைகள் இருக்கும் இடங்களில் எல்லாம் தாழம்பூ புதர்களை தாராளமாகப் பார்க்கலாம். கிராமங்களில் சிறுமிகளின் கூந்தலை ஜடையாகப் பின்னி அந்த ஜடையை மறைத்துத் தாழம்பூ மடல் களையும் பின்னி வைப்பார்கள். பார்ப்பதற்கு அவ்வளவு அழகாக இருக்கும். பாம்புகள் ஒன்றையொன்று பின்னிக்கொண்டு சரஸமாடுவதைப் போலிருக்கும் ஜடையும் தாழம்பூவின் மடலும்.

பக்கத்து வீட்டுக்காரர்களுக்குக் கொடுத்த தாழம் மடலின் வாசனையும் என் மனைவியின் பட்டுச் சேலை வாசனையும்

கல்யாண மண்டபத்தில் நிறைய்ய ஆர்டர்களைப் பெற்றுக் கொண்டு வந்தாள் என் மனைவி. தாழம்பூக்களை விறகு கட்டு மாதிரி கட்டி தலையில் சுமந்துகொண்டு தெரு வழியே விற்க வந்த வியாபாரிகள் காணாமல் போனதற்குக் காரணம், தாழம் புதர்கள் காணாமல் போனதுதான். எத்தனையோ வெளியூர்களுக்கு அலுவல் விஷயமாக பயணப்பட்டாலும் தாழம்பூ கண்ணில் தட்டுப்படவே இல்லை. சில பூ வியாபாரிகளிடம் விசாரித்தேன்.

'சாரே... தாழம்பூவை பூக்களோடு பூக்களாக வைத்து விற்க மாட்டோம். விற்கக்கூடாதுனு இறைவனோட சாபம் இருக்கு. அடுத்து இப்போ தாழம்பூ எங்கேயுமே கிடைக்கிறதில்லை. அப்புறம் ஏராளமான வாசனை திரவியங்கள் வெளிநாட்டிலிருந்து வருது, அதனால யாருமே விருப்பப்படுறதில்லை சாரே.'

இரண்டு மூன்று மாதங்கள் கழித்து குடும்பத்துடன் சென்னை செல்ல வேண்டிய முக்கிய வேலை. அந்தத் தாழம்பூ வாங்கிய நிறுத்தத்தைக் கவனித்தபடியே திரும்பிக்கொண்டிருந்தேன். மரங்கள் அடர்ந்த அமைதியான நிறுத்தத்தில் காரை நிறுத்தினோம். மனைவி, மாமியார், என்னுடைய இரண்டு மகன்கள் மூன்றாம் வகுப்பும் நாலாம் வகுப்பும் இறங்கினோம். சாப்பிட்டுவிட்டு வெளியே வரும்போது அதே இடத்தில் தாழம்பூ இருந்தது. ஆனால் அப்பாவைக் காணவில்லை, அம்மா மட்டும் தரையில் உட்கார்ந் திருந்தாள். போன தடவை தாழம்பூ வாங்கும் போது விளையாடிக் கொண்டிருந்த சிறுவன் விற்பனையாளனாக உட்கார்ந்திருந்தான்.

'ஒங்க அப்பாவை எங்கடே காணோம்.'

'அப்பா போய் சேந்திட்டார் சாரே, இனிமே வரமாட்டார்'

'டேய்... என்னடா சொல்றே.'

'சாரே... தாழம்பூவுக்கு எங்கேயில்லாத பாம்புகளும் வரும்னு அவர்தான் அடிக்கடி சொல்வார் சாரே, அப்படின்னா அவரு ஜாக்கிரதையா இருக்கனும்ல்ல சாரே, இப்பிடி அண்ணாக்க பூவையே பாத்திட்டுப் பொதருக்குள்ள போனாரு, நல்ல பாம்பு கொத்திருச்சு சாரே, காப்பாத்த முடியல. செத்துப் போய்ட்டாரு.'

'இந்தப் பூ யார்ரா பறிச்சது.'

'நானும் அம்மாவும் பறிச்சது சாரே, அம்மா தொரட்டிக் கம்பால பறிச்சுப் போடும், பொதருக்குள்ளார பூந்து நான் எடுப்பேன் சாரே'

'ஏலேய்... ஒன்னயை பாம்பு கொத்தாதா.'

'கொத்தும் சாரே... அதுக்குப் பயந்தா எப்பிடி சாரே பிழைக்கிறது, வயிறு பசிக்கிதே சாரே.'

'நீ பள்ளிக்கூடம் போகலையா.'

'ஏழு படிக்கிறேன் சாரே... பள்ளிக்கூடம் விட்டதும் ஆத்தங்கரைக்குப் போய் நானும் அம்மாவும் தாழம்பூ பொதர் தேடி, அதுல பூ இருக்கிறத கண்டுபிடிச்சு, பறிக்கணும் சாரே, ஒரு பூ எடுக்கிறதே ரொம்பக் கஷ்டம் சாரே'

நானும் என் மனைவியும் தாழம்பூக்கள் வாங்கிக் கொண்டிருக்கும் போது, என் குழந்தைகளும் மாமியாரும் எதையோ பார்த்துக் கொண்டிருந்தார்கள். பூக்களை வாங்கிவிட்டு பிள்ளைகள் நின்ற இடத்திற்குப் போனேன். தென்னை மரங்களிலும், பக்கத்தில் இருந்த நாட்டுக் கருவேல மரத்திலும் ஏராளமான தூக்கணாங் குருவிக் கூடுகள் தொங்கிக்கொண்டிருந்தன. குருவிகள் போவதும் வருவதும் கூண்டுக்குள் நுழைந்து மறைவதும் வாசலில் உட்கார்ந்து கொண்டு ஊஞ்சலாடுவதும் பார்க்கப் பார்க்க அழகாயிருந்தது. என் இளைய மகள் அப்பாச் செல்லம் அடம்பிடித்து சிணுங்கினாள்.

'அப்பா... அப்பா... எனக்கு ஒரு குருவிக் கூடு வேணும்ப்பா, ப்ளீஸ்ப்பா... வாங்கிக் குடுப்பா.'

'என் செல்லத்துக்கு ஒரு கூடு என்ன ரெண்டு கூடு வாங்கித் தர்ரேன்டா கண்ணு.'

மீண்டும் தாழம்பூ விற்றுக்கொண்டிருந்த சிறுவனின் முன் போய் நின்றேன். ஆச்சரியமாகப் பார்த்தபடியே எழுந்து நின்றான்.

'என்ன சாரே... இன்னும் பூ வேணுமா சாரே...'

'பூ வேணாம்பா, இந்தத் தூக்கணாங் குருவிக் கூடு ஒன்னு வேணும்ப்பா.'

'என்னா சார் சொல்றே, அது உனக்கும் எனக்கும் கூடு, குருவிகளுக்கு வீடு சாரே.'

'ஒன்னு மட்டும் எடுத்திட்டு வா, நூறு ரூபா தர்ரேன்.'

'சாரே... அந்தக் கூட்ல எல்லாத்திலேயும் முட்டைகள், குஞ்சுகள் இருக்கு, அதை எடுக்கிறது பாவம் சாரே.'

'என்னடே பெரிய பாவம், குருவிதானேடே, கூட நூறு ரூவா

தர்ரேன், என் மகள் ஆசைப்படுறாடா.'

'சாரே நீ இப்ப உன்னோட வீட்டுக்குப் போற, அங்க ஒன்னோட வீட்ட காணோம், நீ என்ன பாடுபடுவே, சரி, அத விடு, நீ வீட்டுக்குப் போற, போன பின்ன பாக்கிற ஒன்னோட ஒரு மகள காணோம், என்ன பாடுபடுவே, அதே மாதிரிதான் சாரே, தன்னோட கூட்டையும், குஞ்சையும் காணும்னா, அம்மாவும் அப்பாவும் அழும் சாரே.'

'சரிடே, ஐந்நூறு ரூவா தர்ரேன், ஒரே ஒரு கூடு எடுடா.'

'சாரே நீ பத்தாயிரம் ரூவா கொடுத்தாலும், ஒரு லட்சம் கொடுத்தாலும் குருவிக் கூட்டை எடுக்க மாட்டேன். சில நேரம் காத்து பலமா அடிச்சா ஒன்னு ரெண்டு தப்பித் தவறி கீழே விழும், ஒனக்காக அதை எடுத்துவைக்கிறேன், என்னைக்காவது நீ வந்தா ஒத்த ரூபா கூட கொடுக்க வேண்டாம், ஓசியாவே தர்ரேன்.'

கார் சீரான வேகத்தில் சென்றுகொண்டிருந்தது. என் மனசு முழுவதும் தாழம்பூ விற்கும் சிறுவனிடமும் அவனுடைய அம்மாவிடமும் இருந்தது. அவன் பேசிய பேச்சுக்கள் இன்னும் என் காதுகளில் ரீங்காரமிட்டுக்கொண்டேயிருந்தது.

'சாரே... ஒரு லட்சம் கொடுத்தாலும் குருவிக் கூட்டை எடுக்க மாட்டேன். ஒன்னோட கொழந்தையைக் காணோம்னா ஒன் மனசு என்ன பாடுபடும், அதே மாதிரிதான் தன் குஞ்சுகளைக் காணோம்னா குருவிக என்ன பாடுபடும்'

எத்தனை சோகங்கள், வறுமைகள் இருந்தும் அந்த ஏழைப் பையனை மாற்ற முடியவில்லை. தாழம்பூ மடல் வாட வாட எப்படி மணக்கிறதோ அதே மாதிரிதான் வறுமை வாட்ட வாட்ட ஒரு சிலரிடம் அற உணர்வு மேலோங்கிக்கொண்டே வரும் போல. பணத்தால் விலை பேச முடியாத வாழ்வியல் அறங்கள் இருக்கத்தான் செய்கின்றன. அடுத்த முறை வரும்போது என் டிரைவரிடம் சொன்னேன்.

'டிரைவர் வண்டியை எங்கேயும் நிறுத்த வேண்டாம், கொஞ்சம் வேகமாகப் போ.' இப்போது கார் வேகமெடுத்தது.

□

10

காவல்

துணிப்பான நிலா வெளிச்சத்தில் மிகவும் துல்லியமாகத் தெரிந்தது. அவை நேற்று மாதிரியே பாதையை மறித்துப் படுத்துக் கிடப்பது. உடனடியாக முடிவு எடுத்தாக வேண்டும், யோசிக்க நேரமில்லை. முருகேசன் பின்னால் உட்கார்ந்திருந்த தன் மகளிடம் சொன்னான்.

‘நல்லா புடிச்சுக்கோ கால்களைக் கீழே தொங்கப் போடாதே, பயப்படாதே.’

வண்டியின் ஆக்ஸ்லேட்டரைத் திருகினான். நினைத்தது மாதிரியே நடந்தது. நேற்றுப் போலவே ஏழெட்டு நாய்களும் வண்டியை சூழ்ந்துகொண்டன. வேறு வழியில்லை வண்டியை விட்டு இறங்குவதைத் தவிர. மகள் கனகவள்ளி வெலவெலத்துப் போனாள். பயத்தில் நடுங்கியவள் அப்பாவின் முதுகுக்குப் பின்னால் ஒளிந்துகொண்டாள். நிலா வெளிச்சத்தில் அவற்றின் நிறங்கள்கூட துணிப்பாய் தெரிந்தது. எந்த நேரத்தில் மேலே பாய்ந்து பிராண்டி கடித்துக் குதறப் போகிறதோ என்று பயந்தபடியே நின்றார்கள் அப்பாவும் மகளும். டிராபிக் போலீஸ் என்றால் அம்பதோ நூறோ விவகாரம் முடிந்து விடும், பயப்பட வேண்டிய அவசியமில்லை. இவையோ லஞ்சம் வாங்காத நாய்களாயிற்றே. நல்ல வேளை அப்படி எதுவும் நடக்கவில்லை. ஆனால் ரொம்பவும் கிட்டத்தில் நெருங்க வரவர கொஞ்சம் பயம் அதிகரித்தது.

‘நேத்து இதே நேரத்துக்கு வந்தது நீ தான’

செவலை நாய் உறுமியது.

‘ஆமா... இனிமே வரமாட்டேன்.’

‘எங்கள நிம்மதியா தூங்க விடுகிறீர்களா நேர் பாதை இருக்கும் போது, குறுக்குப் பாதை வழியா எதுக்கு வரனும்.’

‘அது மனுசங்களோட பிறவிக் குணம். ஆயிரம் புத்தி சொன்னாலும் அவங்களுக்குப் புரியாது, நாட்ல எல்லாப் பிரச்சினைக்கும் காரணமே நேர்வழிய மறந்திட்டு, குறுக்குப்பாதை வழி போக நினைக்கிறதுதான்.’

மேகத் துணுக்கொன்று பிரகாசித்த நிலவை மூடியதால் இலேசாக இருள் கவ்வியது. முருகேசனுக்குக் கொஞ்சம் பயம் வந்தது. நாலாபக்கமும் சுற்றிப் பார்த்துக்கொண்டான்.

‘கண்டதக் கழியத மறந்து கொஞ்சம் மனச ரிலாக்ஸ் பண்ணிக் கிறதுக்காக நிம்மதியா ஒறங்கலாமேனுதான் இப்படி ஒதுக்குப் புறமா வந்து படுத்து ஒறங்குறோம்.’

இப்போது பயம் கொஞ்சம் விலகி சகஜநிலைக்கு வந்திருந்தான் முருகேசன். ஒவ்வொரு நாயையும் உற்றுப் பார்த்தான். எல்லாமே பணக்கார வீட்டு நாய்கள். பார்த்த உடனேயே தெரிகிறது. இவை விட்டேத்தியாய் அலையும் தெரு நாய்கள் இல்லையென்று.

‘என்ன அப்படிப் பாக்குற. எல்லாரும் பணக்கார வீட்டுப் பசங்க மாதிரி தெரியுதா, வாஸ்தவம்தான். பெரிய பெரிய பணக்காரங்க உத்தியோஸ்தர்கள் வீட்ல வேல பாக்குறோம். வசதி வாய்ப்புக்கு ஒன்னும் குறையில்ல, ஆனா மனசு சரியில்ல அதுதான் இப்படி வந்து ரிலாக்ஸ் பண்றோம்.’

செவலை நாய் சொல்லி முடித்ததும் வெள்ளை முன்னால் நெருங்கி வந்து நின்றது. வாட்டசாட்டமான தோற்றம். கழுத்தில் பட்டை கட்டியிருந்தது. ‘எங்களுக்கு மனசாட்சினு ஒன்னு இருக்கு, மனுசங்க மாதிரி மனசாட்சி இல்லாதவங்க கெடையாது, வசதியா பிரியாணியாப் போட்டாப்ல மனசாட்சிய அடகு வச்சிட்டு என்ன பொழப்பு, மனுசப் பொழப்பு. எங்க மொதலாளி ஊருக்குப் போயி நாலு நாளாகுது, என்னையையும் நம்பித்தான நம்பிக்கையோட வெளியூர் போறாரு, அந்த நம்பிக்கைக்கு நான் துரோகம் செய்யலாமா? இந்த நாலு நாளும் எவனோ ஒருத்தன் ராத்திரி வீட்ல வந்து தங்கிட்டு, காலையில போறான். நான் இவங்களுக்குக் காவல் இருக்க முடியுமா? அதவிட நாக்கப் புடுங்கிட்டு செத்துறலாம். நாங்க என்ன மனுசங்களா, பேசாம

இருக்க, மானமுள்ள நாய்ங்க. அதனாலதான் எப்படியும் நாசமாப் போங்க கூடிக்குலாவுங்கனு சொல்லிட்டு கேட்டத்தாண்டி இங்க வந்து நிம்மதியா ஒறங்கி எந்திரிச்சுப் போறன்.'

முருகேசனும் கனகவள்ளியும் பேசாமல் கேட்டுக்கொண்டிருந் தார்கள். குட்டையாக நீளமாக இருந்த நாயொன்று உட்காரும்படி சைகை காட்டியதால் இருவரும் தயங்கியபடியே உட்கார்ந் தார்கள். இப்போது நிலவை மறைத்திருந்த மேகக் கூட்டம் விலகிவிட்ட படியால் நிலவொளி பட்டு செவலை மின்னியது கறுப்புக் கலர் துணிப்பாய் தெரிந்தது.

'நான் மூனு கிலோ மீட்டர் தள்ளியிருக்கிற வீட்ல வேலபாக் கிறவன், பேரு ஜிம்மி. ஆனா எனக்கு மாதிரி ஒரு அவமானம் இந்த உலகத்துல வேற யாருக்குமே வரக்கூடாதுனு எங்களை வாகனமா வச்சிருக்கிற அய்யனாரப்பன தெனமும் வேண்டிக்கிறேன். என்னோட எஜமானி அம்மா அழகுனா அப்படி ஒரு அழகு. என் மேல நல்லா பிரியமா இருப்பாங்க. சில நேரம் மடியில படுக்கவச்சுக் கூட கொஞ்சுவாங்க. அவங்க பக்கத்துல படுத்து தூங்குறதும் உண்டு. தங்கமான குணம், எனக்கு எந்தக் கொறையு மில்ல, ஆனா எஜமானர் தன்னோட மகன திட்டும் போதெல்லாம்

'நாய்க்குப் பொறந்த பயலே... நாய்க்குப் பொறந்த பயலேனு...'

திட்டுறாரு அதுவும் என் முன்னாலயே. ஒவ்வொரு தடவை அவரு அப்படி திட்டும் போது எனக்கு சுருக்னு குத்துனது மாதிரி இருக்கு, பொறுமைக்கும் ஒரு எல்லையிருக்கா இல்லையா, நாங்க என்ன சூடு சொரனையில்லாத மனுசங்களா என்ன பேசுனாலும் கேட்டுக்கிட்டு இருக்க. மனசு வெறுத்துப் போயி நாலு நாளா இங்கவந்து நிம்மதியா ஒறங்கி எந்திருச்சுப் போறன்.'

முருகேசன் பேசாமல் கேட்டுக்கொண்டிருந்தான். கனக வள்ளிக்கு என்ன செய்வதென்று தெரியவில்லை. தூரத்தில் செல்லும் வாகனங்களின் இலேசான சத்தமும், ஏதோ ஒரு ஆலையின் சைரன் சத்தமும் அரிச்சலாய் கேட்டது.

'எம்மா ஒன்னைய எம்மவ மாதிரி நெனச்சு சொல்றேன், எங்களுக்குள்ள என்னைக்குமே செக்ஸ் விஷயத்துல ஒளிவு மறைவு கெடையாது. எல்லாமே வெளிப்படையானதுதான். இப்ப பாக்கையில நாங்க ஆணும் பெண்ணும் ஒன்னாத்தான்

படுத்துக் கெடக்கோம், ஏதாவது ஒரு சின்னப் பிரச்சினைகூட கெடையாது, என்னைக்குமே நாங்க ஆணும் பெண்ணும் சம்மதிச்சா மட்டும் தான் உறவு வைப்போமே ஒழிய ஒங்கள மாதிரி பெண் சம்மதிக்காதபோது வல்லுறவு வச்சதே கெடையாது. செக்ஸ் என்பது உடலோடு சம்மந்தப்பட்டது கெடையாது. அது மனசோட சம்பந்தப்பட்டதுனு அஞ்சறிவு உள்ள எங்களுக்குத் தெரியுது ஆறறிவு உள்ள ஒங்களுக்குத் தெரியல, ஆண்களப் பாத்த ஒடனே பொம்பள தன் வாலால குறிய மறைச்சிட்டா ஆம்பள காதவழிக்கு வெலகிப் போயிருவம். மல்லுக்கட்டி வலுக்கட்டாயமா கற்பழிக்கிறது, ஒலகத்துல மனுஷங்களத் தவிர வேற எந்த மிருகங்களும் செய்றது இல்ல. காரணம் வெளிப்படைத் தன்மை இல்லாததுதான்.'

'நாளையிலருந்து சத்தியமா இந்த வழியில் வரமாட்டேன், நான் நேர்வழியில் போய்விடுகிறேன்'

என சொல்லிவிட்டு முருகேசன் எழுந்து வண்டிப் பக்கம் போனான்.

வண்டியில் சாவியைக் காணவில்லை.

'எங்களுக்குத் தெரியாதா மனுசங்களப்பத்தி, கொஞ்சம் அசந்தாலும் விருட்னு வண்டியக் கெளப்பிட்டு ஓடியிற மாட்டீகளா, சாவி பத்திரமா இருக்கு, இந்தா பாரு.'

தூக்கி காட்டியபடியே பெண் நாய் ஒன்று முன்னால் வந்தது.

'நான் வேல பாக்கிற வீட்ல மொத்தம் அஞ்சு பேரு எஜமானியம்மா மட்டும்தான் பொம்பிளை, பையன்க மூனு பேரு, மூனுபேரு காலேஜ்ல படிக்கிறாங்க. எஜமானர் பெரிய பிஸினெஸ் மேன். எனக்கு வசதி வாய்ப்புக்கு ஒன்னுமே கொறச்சல் இல்ல. ஜூலி ஜூலினு எல்லாருமே ரொம்ப பிரியமா இருப்பாங்க. எங்க போனாலும் கார்ல என்னையும் கூட்டிட்டுப் போவாங்க பிரியமா இருப்பாங்க.'

'அப்புறமா எதுக்கு இங்க வந்து கட்டாந்தரையில் படுத்து சீரழியிற, ஏசியில மெத்தையில படுத்து ஒறங்கவேண்டியதான ஜூலி.'

'ஒறக்கம் வரமாட்டேங்கே கண்ணுக்குள்ள அதுதான தெரியுது, மறக்கமுடியலையே.'

‘என்னத்த மறக்க முடியல சும்மா சொல்லு அதுதான் மொதல்லயே என்னய மவ மாதிரினு சொல்லிட்டியே.’

‘எஜமானரும் சரி, மூனு பையன்களும் சரி, நாலு பேருமே தெனம் குளிச்சிட்டு நெற அம்மணமா எம் முன்னால வாராங்க நானும் பொம்பளதான எனக்கும் மானம் மரியாதை இருக்குமில்ல. ஒரு பயலுக்கும் புரியமாட்டேங்கு, ஒவ்வொரு தடவையும் அந்தக் கண்ணராவியைப் பார்க்கும் போதெல்லாம், வாந்தியெடுக்கிறது மாதிரி காறிக்காறித் துப்புனேன், ஒரு பயலுக்கும் அறிவில்ல பேசாம கண்ணப்பொத்திகிட்டு காலம் தள்ளுறன். வாழ்க்கையே வெறுத்துப் போச்சு. அதனாலதான் ராத்திரியில நிம்மதியா ஒறங்கி எந்திரிச்சுப் போவம்னு தெனம் இங்க வாரன்.’

அதன் நிறமே வித்தியாசமாக இருந்தது. சுத்த வெள்ளை நிறம் இடையிடையே கறுப்பு பார்க்கவே லட்சணமாகவும் அழகாகவும் இருந்தது. ‘எனக்கு என்ன பிரச்சினையினா, வசதி வாய்ப்புக்கு கொறச்சல் இல்ல. ராத்திரி முழுக்க கண் முழிச்சு காவல் காக்கோம். பகல்ல பொட்டுனு கண்மூட முடியல. எப்ப பாத்தாலும் மியூசிக் பாட்டு டான்ஸ். கேவலம்னா அப்பிடி ஒரு கேவலம். மாமனும் மருமகளும் டான்ஸ் ஆடுறாங்க. மகளும் அப்பனும், மகனும் அம்மாவும், அண்ணன் பொண்டாட்டியோட தம்பி, தம்பி பொண்டாட்டியோட அண்ணன், சில நாட்கள் கூட்டங் கூட்டமாக வெளியாட்களும் வந்து ஆடுறாங்க. விடிய விடிய சுத்த ஆடுகாலிப் பய குடும்பம். ஆம்பளையும் பொம்பளையும் நிதானமே இல்லாம தண்ணியப் போட்டு ஆட்டம்னா அப்படி ஆட்டம்.’

மூன்று கால்களுடன் கிந்திக் கிந்தி நடந்துவந்து தன் முன்னால் நின்ற வெள்ளையை உற்றுப் பார்த்தான். முகம் குராவிப் போய், மனுஷர் முகம் மாதிரியே இருந்தது.

‘விபத்து நடக்கிறது எங்கேயும் சகஜம் தானே. கார் சக்கரம் ஏறி ஒரு கால் எடுத்தாச்சு தன்னோட செல்லமகன்தான் காரை ரிவர்ஸ் எடுக்கும்போது, நான் படுத்துக் கெடந்ததப் பாக்காம கால்ல ஏத்திட்டான், கால எடுக்க வேண்டியதாப் போச்சு, டாமினு என்னோட அழகான பேர இப்ப நொண்டினு கூப்பிடுறாங்க அடிக்கடி பேசிக்கிறாங்க என்னமோ புளுகிராஸ்னு ஒன்னு இருக்காமே அங்க போயிவிடப் போறாங்களாம். எத்தனை

வருஷம் ஒழைச்சிருக்கேன், கொஞ்சமாவது நன்றி வேண்டாமா, ஒன்னோட மகனுக்கு கால் போச்சுனா வீட்டவிட்டு விரட்டி விட்ருவியா நன்றி கெட்ட ஜென்மங்க, இதெல்லாம் போக ராத்திரியில இங்க வர்ரதுக்கு முக்கிய காரணம் பொள்ளாச்சி வெவகாரத்த ஓயாம ராத்திரி முழுக்க டீவியில போடுறான் மனசைப் பிசையுது. ஒங்களவிட நாங்க நூறு மடங்கு மேல. விருப்பம் இல்லாத பொண்ணுகிட்ட வல்லுறவு வைக்கிறது மனுஷப் பயலத் தவித்து வேற எந்த மிருகத்துக்கிட்டயும் கெடையாது.'

'சரிப்பா சாவியக் குடு போகட்டும். இனிமே இந்தப் பாதை வழி வராதிரும், நாங்க நிம்மதியா ஒறங்கனும்.'

'இப்ப இங்க கூடியிருக்கோம்ல்ல, இதுவந்து ஒங்கள மாதிரி ஓட்டுக்காக சேர்ந்த கூட்டணி கெடையாது. ஒருத்தருக்கொருத்தர் எறக்கப்பட்டு சேர்ந்த கூட்டணி.'

முருகேசனும் கனகவள்ளியும் வேக வேகமாகப் புறப்பட்டுப் போனார்கள். அந்த ஒதுக்குப்புறமான பாதையில் இப்போது இரவு நிறைய நாய்கள் வந்து படுத்து உறங்குவதாகவும் இரவு நேரங்களில் யாருமே அந்தப் பாதை வழிபோக முடியவில்லை என்றும் மக்கள் பேசிக்கொண்டார்கள். இரவு தெருமுழுக்க நாய்கள் நிம்மதி தேடி அலைகின்றன.

□

11

போலிகள்

ஏறத்தாழ இரண்டு மாதங்களாக அலுவலகத்தின் பரபரப்பான விவாதப் பொருளாக இருந்த விஷயம் இன்று முடிவுக்கு வந்துவிட்டது. புதிய கண்காணிப்பாளராக மாதவன் நாயர் ஐபீஎஸ், பதவியேற்றுக்கொண்டார்.

'புதுசா வந்திருக்கிற சூப்பிரண்ட் ரொம்ப கண்டிப்பானவராம் சார், நேரடி ஐபீஎஸ்னா அப்பிடித்தானே இருப்பாங்க, அதுவும் போக இவரு ராணுவத்துல கொஞ்ச நாள் வேல பாத்திருக்காரு, அதுக்குப் பிறகு ஐபீஎஸ் எழுதி வந்திருக்காரு, கல்யாணம் பண்ணாத பிரம்மச்சாரியாம்.'

இவர் வந்து சேர்ந்தவுடன் பெரிதும் வருத்தப்பட்டவர்கள் யூனியன் லீடர் என்ற பெயரில் எந்த வேலையும் செய்யாமல் அரட்டையடித்துக்கொண்டு அரசியல் பேசித் திரியும் பதவி உயர்வே வேண்டாம் என்று மறுதலித்துவிட்டு சௌகரியமாக உள்ளூரிலேயே குடும்பம் நடத்தும் ஒரு சிலர்.

நூற்றுக்கும் மேற்பட்டவர்கள் பணியாற்றும் தலைமை தபால் அலுவலகம். எந்நேரமும் நிரம்பி வழியும் கூட்டம். பொது மக்களுடன் அன்றாடம் நேரடித் தொடர்பு உள்ள துறை. மாதவன் நாயர் பதவியேற்ற ஒரு மாதத்திலேயே தன்னுடைய வேலையைக் காட்ட ஆரம்பித்தார். இருமுறை சப்-போஸ்ட் மாஸ்டராகப் பதவி உயர்வு அளித்தும், பதவி உயர்வை மறுதலித்துவிட்டு யூனியன் லீடர் என்ற அதிகாரத்தால் ஆறு வருஷமாக உள்ளூரிலேயே சுற்றிக்கொண்டிருக்கும் புரட்சிகர யூனியன் லீடர் தோழர் பொன்னுச்சாமிக்கு ஒரு கடிதம் எழுதினார்.

'மதிப்பிற்குரிய மூத்த போஸ்டல் பணியாளர், பொன்னுச்சாமி அவர்களுக்கு,

தாங்கள் இந்திய அஞ்சல் துறையின் திறமையான மூத்த பணியாளர். உம்முடைய திறமையையும், மக்கள் மீது உள்ள அர்ப்பணிப்பையும் நிர்வாகம் முழுமையாகப் பயன்படுத்திக் கொள்ள விரும்புகிறது. ஆகவே, உடனடியாக சப்-போஸ்ட் மாஸ்டராக அருகிலிருக்கும் கடம்பூரில் பணியில் சேருமாறு அறிவுறுத்தப்படுகிறீர். தவறும் பட்சத்தில் உயரதிகாரிகளின் உத்தரவுக்கு மதிப்பளிக்காத காரணத்தால் மிகக் கடினமான நடவடிக்கைக்கு உள்ளாவீர்கள் என்று அறிவுறுத்தப்படுகிறீர்.'

ஒரே அலுவலகத்தில் எதிர் எதிரே இருந்தும், எதுவும் பேசாமல் பதிவுத் தபால் மூலம் வேலை மாற்றல், மற்றும் எச்சரிக்கை கடிதம் கிடைக்கப் பெற்றவுடன் புரட்சிகர யூனியன் லீடர் நிலை தடுமாறிப் போனார். என்ன பதில் கொடுப்பது என்று குழம்பினார். கடம்பூர் பக்கத்து ஊர்தான் என்றாலும் சப் போஸ்ட் மாஸ்டர் என்பவர் கட்டாயம் அங்கேதான் தங்கி பணியாற்ற வேண்டும், இருபத்து நாலு மணி நேர தபால் தந்தி சேவையை மக்களுக்கு அளித்தாக வேண்டும். இந்த ஏரியாவிலேயே அதிகப்படியான வரவு செலவு நடைபெறும் ஊர் கடம்பூர். இவையெல்லாவற்றையும்விட இடது சாரிகளின் செல்வாக்குள்ள ஊர் கடம்பூர். எதற்கெடுத்தாலும் போராட்டம், மொட்டைப் பெட்டிஷன் மொத்தத்தில் சல்லை பிடித்த ஊர் கடம்பூர்.

வேறு வழியே இல்லாமல் போய் கடம்பூரில் பணியில் சேர்ந்தார் தோழர் பொன்னுச்சாமி. இவருடன் ஒரே ஒரு உதவியாளர், தபால்கள் பட்டுவாடா செய்ய ஒரு போஸ்ட்மேன், உதவியாளரோ கொஞ்சம் ஊனமுற்றவர், இன்னும் கொஞ்சம் ஊனமுற்றவராக நடிப்பவர். அவருக்குக் கொடுக்கப்பட்டிருந்த அலுவலகமும், மாடி வீடும் சேர்ந்தே இருந்தன. உடனடியாக காலி செய்து விட்டு போய்விட்டார் முந்தைய சப்-போஸ்ட் மாஸ்டர்.

வேலை விழி பிதுங்கியது. கோயில் காளையைக்கொண்டு வந்து கட்டுத்தரையில் கட்டிய கதை, ஸ்டாம்ப் வில்லைகள் இவர்தான் கொடுக்க வேண்டும், சேமிப்பில் பணம் போட, எடுக்க வருபவர்களின் கூட்டம் ஆட்கள் வந்துகொண்டே இருந்தார்கள். போஸ்ட் கார்டுகள், இன்லென்ட் கவர்கள் கேட்டு வருவோரும்

போலிகள் ✦ 75

உண்டு. பொன்னுச்சாமி தோழர் புரட்சியாளராகையால் புகைப் பிடித்தே ஆகவேண்டும். இல்லையென்றால் எப்படி புரட்சியை நடத்துவது. காலையிலிருந்து புகைப்பிடிக்காததால் எதையோ பறிகொடுத்தது மாதிரி இருந்தது. மூத்திரத்தைக்கூட அடக்க வேண்டிய கட்டாயம்.

பத்தே நாட்கள்தான், கண்காணிப்பாளருக்கு ஒரு கடிதம் எழுதி தபால் பையில் அனுப்பிவைத்தார். 'கனம் கண்காணிப்பாளர் அவர்களுக்கு வேளைப்பளு ஜாஸ்தியாக இருக்கிறது. தயவு செய்து இன்னொரு உதவியாளர் கொடுத்து உதவும்படி மிகத் தாழ்மையுடன் கேட்டுக்கொள்கிறேன்' எஸ். பொன்னுச்சாமி, சப் போஸ்ட் மாஸ்டர், கடம்பூர். கடிதத்தைப் படித்த மாதவன் நாயர் ஐபீஎஸ் இலேசாக சிரித்துக்கொண்டார். கடிதத்தில் தயவு செய்து என்ற வார்த்தை, தாழ்மையுடன் என்ற வார்த்தையை ரொம்பவும் ரசித்தார். உடனடியாக பதில் எழுதி கடம்பூர் செல்லும் தபால் பையில் சேர்த்தார்.

'மிஸ்டர் தோழர்.பொன்னுச்சாமி, கடிதம் பார்த்தேன். இதுவரையிலும் ஒரே ஒரு நபர்தான் உதவியாளராக வேலை பார்க்கிறார். இது வரையிலும் வேலை பார்த்த எந்த சப்-போஸ்ட் மாஸ்டர்களும், கூடுதல் உதவியாளர் வேண்டும் என்று கேட்க வில்லை. ஆனாலும், உங்கள் வேண்டுகோள் தீவிரமாக பரிசீலிக்கப் பட்டு, ஒவ்வொரு மாதமும் கடைசி எட்டு நாளைக்குக் கூடுதலாக ஒரு உதவியாளரை நியமித்து ஆணையிடப்படுகிறது.'

அந்த மாசத்தின் கடைசி வாரம் உதவியாளரின் வரவை எதிர்பார்த்துக் காத்திருந்ததைவிடவும், இதுவரை யாராலும் செய்ய முடியாத ஒரு காரியத்தில் தான் வெற்றி பெற்றுவிட்டோம் என்ற அகந்தையே மேலோங்கியிருந்தது. உதவியாளரை அனுப்ப கண்காணிப்பாளரை ஒத்துக்கொள்ள வைத்துவிட்டதற்காக தோழர் பொன்னுச்சாமிக்கு சக தோழர்களின் பாராட்டுக்கள் வந்து கொண்டேயிருந்தன.

தனக்கு உதவியாளராக அனுப்பப்பட்ட நபரைப் பார்த்தவுடன் தோழரின் முகம் பேயறைந்தது போலாயிற்று. தன்னுடைய புரட்சிகர யூனியனுக்கு நேர் எதிர் யூனியனைச் சேர்ந்த, தன்னுடைய ஜென்மப் பகையாளனான கிளார்க் பிச்சை, அலுவலகத்திற்குள் நுழையும் போதே சிகரெட் புகையை ஊதிக்கொண்டுதான்

நுழைந்தார். சம்பிரதாயத்திற்குக்கூட வணக்கம் சொல்லவில்லை. அருகில் இருந்த சேரில் கால்மேல் கால்போட்டு அமர்ந்து கொண்டார்.

கேட்டுப் பெற்ற உதவியாளரை வேண்டாமென்று திருப்பி யனுப்ப முடியாது. இன்னார்தான் வேண்டுமென்று கேட்கவும் முடியாது. ஜென்ம விரோதியுடன் கைகுலுக்கவும் முடியாது. வேலை சொன்னாலும் செய்யமாட்டான் என்பதும், தன்னுடன் சண்டை போடுவதற்காகவே அனுப்பப்பட்டவன் என்பதும் நூறு சதம் உண்மை. தன்னுடைய இரண்டும் கெட்டான் நிலையை எண்ணி பெருமூச்சுதான்விட முடிந்தது. கண்காணிப்பாளர் தான் ஒரு ஐபீஎஸ் ஆபிஸர் என்பதை நிரூபித்ததோடு, தன்னை உளவு பார்க்க தன்னுடைய விருப்பத்தின்படி தன் பக்கத்திலேயே தன்னுடைய பரம எதிரியை உட்கார வைத்துவிட்டதை எண்ணி மிகவும் வருந்தினார். வருந்தி என்ன பயன். சப்-போஸ்ட் மாஸ்டர் தோழர் பொன்னுச்சாமி, தனக்கு அளிக்கப்பட்ட உதவியாளருக்கு எந்த வேலையும் கொடுக்கவில்லை. உதவியாளரும் என்ன வேலை செய்ய வேண்டும் என்று கேட்கவுமில்லை. பெரிய அதிசயம் கீரியும் பாம்பும், பூனையும் எலியும் ஒரு வாரமாக அருகருகே உட்கார்ந்திருந்ததுதான்.

அன்றைக்கு வந்திருந்த தபால்களைப் பிரித்து அடுக்கிக் கொண்டிருந்தார் தபால்காரர். கண்காணிப்பாளரிடமிருந்து சப் போஸ்ட் மாஸ்டருக்கு வந்திருந்த கடிதத்தை உடனடியாகத் தோழரிடம் கொடுத்தார். 'இன்று மாலை அலுவலகம் முடிந்த வுடன், என் அலுவலகத்தில் வந்து என்னை சந்திக்கவும்.'

முந்தி மாதிரியென்றால் அலுவலக நேரத்தில்தான் சந்திக்க முடியும், அலுவலகம் முடிந்த பின் சந்திக்க இயலாது என்று பதில் எழுதியிருப்பார். இது மாதிரி தான் எழுதிய கடிதங்களைப் பார்த்து விட்டுத்தான் இப்படி எழுதியிருப்பாரோ. ஒரு ஐபீஎஸ் ஆபிஸர் தன் கீழ் வேலை பார்க்கும் ஒருவரை எழுந்து நின்று கைகூப்பி வரவேற்பது வழக்கமில்லைதான். ஆனால் மாதவன் நாயர் ஐபீஎஸ். அப்படி வரவேற்றுத்தான் சப்-போஸ்ட் மாஸ்டர் தோழரை உட்கார வேண்டினார்.

கண்காணிப்பாளர் கொடுத்த கடிதத்தை வாசிக்க வாசிக்க தோழரின் முகத்தில் சவக்களை தட்டியது. கடிதத்தின் சாரம் இதுதான்.

'போஸ்டல் கண்காணிப்பாளர் அவர்களுக்குச் சென்ற வாரம் எங்கள் ஊரில் இரவு ஒரு பாட்டி இறந்துவிட்டார். தந்தி கொடுக்கவும், போன் பேசி இறப்புச் செய்தி சொல்லவும், எங்கள் ஊரில் உள்ள சப்-போஸ்ட் ஆபிசுக்கு போனோம், ஆபிஸ் வெளியே பூட்டு தொங்கியது, யாருமில்லை. எங்களால் இறப்புச் செய்தியைச் சொல்ல முடியவில்லை. புதிதாக வந்திருக்கும் போஸ்ட் மாஸ்டர் இரவு இங்கே தங்குவதில்லை. ஆகவே, எங்கள் ஊருக்கு முழுமையான தபால் தந்தி சேவையை வழங்காத மேற்படி சப் போஸ்ட் மாஸ்டர் மீது தகுந்த நடவடிக்கை எடுத்து, தபால் தந்தி துறையின் முழு சேவையும் கிடைக்க ஆவன செய்யும்படி கேட்டுக்கொள்கிறோம். தவறும் பட்சத்தில் பொதுமக்களை அணி திரட்டி போராடுவோம் என எச்சரிக்கிறோம்' இப்படிக்கு ம. லட்சுமிகாந்தன், கிளைச் செயலாளர் (சி.பி.எம்) கடம்பூர் கிளை.

'கேளுங்க மிஸ்டர் பொன்னுச்சாமி, இது மாதிரியான புகார்கள் வராமல் பார்த்துக்கோங்க, பெட்டிஷன் எழுதினவங்களைப் பார்த்துப் பேசி ஒரு கடிதம் வாங்கிட்டு வாங்க. இல்லனா கடுமையான நடவடிக்கை எடுப்பேன், நீங்கள் போகலாம்.'

மறுநாள் நகரச் செயலாளர் மாதவராஜ் அவர்களை கையோடு கூட்டிக்கொண்டு போய் கிளைச் செயலாளருடன் பேசி கடிதம் வாங்கப்பட்டது.

உயர்திரு போஸ்டல் கண்காணிப்பாளர் அவர்களுக்கு,
எங்கள் ஊர் சப் போஸ்ட் மாஸ்டர்மீது நான் எழுதிய புகார் மனுவைத் திரும்பப் பெற்றுக்கொள்கிறேன். மேற்படி மனுமீது எவ்வித விசாரணையோ மேல் நடவடிக்கையோ எடுக்க வேண்டாம். இதனால் எனக்கோ சம்பந்தப்பட்ட நபருக்கோ எவ்வித பாதிப்பும் இல்லை என்பதைத் தெரிவித்துக் கொள்கிறேன்.

இப்படிக்கு,
கிளைத் தலைவர்,
என். ஆர். பி. நாதன் (சிபீஎம்) கடம்பூர் கிளை.

சாயங்காலம் கடிதத்தைக் கண்காணிப்பாளரிடம் கொடுத்தபோது, எவ்விதமான பிரதிபலிப்புமின்றி வாங்கிக்கொண்டார். ஒரு வார்த்தைகூட பேசாதது தோழருக்கு ஆச்சரியமாக இருந்தது.

குழம்பிப் போய் தலைமை அலுவலகத்தைவிட்டு வெளியே வந்தார். மௌனத்திற்கு இவ்வளவு வலிமை இருப்பதை முதன் முதலாக உணர்ந்தார்.

மூன்றே மாசங்கள்தான் அடுத்து வந்த கடிதத்தைப் படித்துக் கொண்டிருந்தார் நாயர்.

மதிப்பிற்குரிய கண்காணிப்பாளர் அவர்களுக்கு,

கோடை வெய்யிலின் தாக்கம் தாங்க முடியவில்லை. என் மனைவியும் குழந்தைகளும் நிம்மதியாக தூங்கி பல நாட்களாகி விட்டன. கடுமையான மின்தடை. ஒரு நாளைக்கு நாலைந்து முறை மின்தடை ஏற்படுகிறது. இரவில் வெக்கையில் தூங்க இயலாததோடு, பகலில் அலுவலகத்தில் போதிய வெளிச்சம் இல்லாததால் எந்த வேலையும் செய்ய இயலவில்லை. ஆகவே, ஒரு ஜெனரேட்டர் வாங்கிக் கொடுக்கும்படி கேட்டுக் கொள்கிறேன்.

இப்படிக்கு,
எஸ். பொன்னுச்சாமி,
சப்-போஸ்ட் மாஸ்டர், கடம்பூர்.

கடிதத்தைப் படித்து முடித்தவுடன் மாதவன் நாயர் சிரிப்பை அடக்கிக்கொண்டார். ஏனெனில் பொன்னுச்சாமியோ, அவரது குடும்பமோ அவருக்கு ஒதுக்கப்பட்ட அரசு வீட்டில் குடியேற வில்லை என்பதை தினமும் கண்காணித்து வந்தார். ஆகவே, உடனடியாக பதில் எழுதினார்.

உங்கள் கடிதம் என் பார்வைக்கு வைக்கப்பட்டது. உங்களுடைய நியாயமான கோரிக்கையை உடனே பரிசீலனை செய்தேன். உங்கள் மனைவி மக்கள் படும் கஷ்டத்தில் நானும் பங்கு பெறுகிறேன். ஜெனரேட்டர் வாங்கும் விஷயத்தில் நான் உடனே முடிவு எடுத்துவிட முடியாது. தகுந்த ஆதாரங்கள் தேவைப் படும். ஆகவே, கடம்பூர் மின்வாரிய அலுவலகத்திலிருந்து உதவிப் பொறியாளர் அந்தஸ்துக்கு குறையாத ஒரு அதிகாரி யிடமிருந்து கடந்த மூன்று மாசங்களில், ஒவ்வொரு நாளும் பகல் இரவு நேரங்களில் எவ்வளவு நேரம் மின்தடை ஏற்பட்டது, விவரங்களை எழுத்துப்பூர்வமாக வாங்கிவந்தால், உடனடியாக அடுத்த நிமிடமே ஜெனரேட்டர் வாங்க ஆர்டர்

கொடுக்கப்படும். மேலும், உங்களுடைய இந்தத் தீவிரமான கோரிக்கையை ஆழ்ந்து பரிசீலனை செய்ததில் 1854ஆம் வருஷம் தபால்துறை ஆரம்பிக்கப்பட்டதிலிருந்து கடந்த வருடம்வரை நீங்கள் பணியாற்றும் கடம்பூர் அலுவலகத்தில் ஒரு அரிக்கேன் லாம்ப் ஸ்டாக் லிஸ்டில் இருக்கிறது. ஆகவே, தற்காலிகமாக நீங்கள் அதைப் பயன்படுத்தி அலுவலகப் பணியைத் தொடர்ந்து, அந்தக் கிராம மக்களுக்கு கிடைக்க வேண்டிய தபால் சேவையை வழங்குமாறு கேட்டுக் கொள்ளப் படுகிறது.

குறிப்பு: 'அரிக்கேன் விளக்கெரிப்பதற்கான செலவாக மாசம் இரண்டு ரூபாய் நாற்பது காசுகள் செலவழிக்க அனுமதிக்கப் படுகிறது. இதே தொகைக்கு மெழுகுவர்த்தியைப் பயன்படுத்தவும் அனுமதிக்கப்படுகிறது. கண்காணிப்பாளர், மாதவன் நாயர் ஐபீஎஸ், தலைமை தபால் தந்தி அலுவலகம்.'

விஷயம் இவ்வளவு எளிதாக முடிந்துவிடுமென்று தோழர் நினைக்கவே இல்லை. ஏனெனில் மின்வாரிய ஊழியர்கள் சங்கத்தின் செயலாளர் தோழர் வேல்சாமி நம்முடைய தோழரின் உற்ற நண்பர். இருவரையும் உதவிப் பொறியாளர் தோழர் சாரதி பிஇ, வரவேற்று அமரச் செய்தார். போஸ்டல் கண் காணிப்பாளர் எழுதிய கடிதத்தை அமைதியாக வாசித்து முடித்தார். தன் முன்னால் அடுக்கி வைக்கப்பட்டிருந்த ரிக்கார்டு நோட்டு களிலிருந்து ஒன்றை எடுத்து சாவகாசமாக சில பக்கங்களைப் புரட்டினார்.

'கடந்த மூன்று மாசங்களில் கடம்பூர் டிவிஷனில் மூன்றே மூன்று நிமிஷங்கள் மட்டுமே மின்தடை ஏற்பட்டதாக வயர்மேன், போர்மேன், லயன்மேன், ஜூனியர் இன்ஜினியர் ஆகியோர் அளித்துள்ள ரிப்போர்ட்டைப் படித்துக் காட்டினார். அந்த மூன்று நிமிட மின்தடைகூட வயரில் உரசிய மரக்கிளையை வெட்டுவதற் காக, தாங்களாக மின் இணைப்பைத் துண்டித்ததே ஒழிய, மின்தடை ஏற்படவில்லை' என்ற இளநிலைப் பொறியாளரின் குறிப்பையும் காட்டினார். அத்தோடு இதே அறிக்கையைத் தலைமைத் தபால் தந்தி அலுவலகத்திலிருந்து கேட்டு வாங்கிப் போனதையும் தெரிவித்தார்.

'சார், கொறஞ்சது ஒரு நாளைக்கு அஞ்சாறு தடவை கரண்ட்

போகுது சார், நான் சொல்றது உண்மை சார்.'

'உண்மையாக இருக்கலாம் சார் மறுக்கல, ஒரு விஷயத்தைப் புரிஞ்சுக்கோங்க சார், பிராக்டிக்கல் இந்தியா, ரிக்கார்டிக்கல் இந்தியானு ரெண்டு இருக்கு. நம்ம வாழ்ற இந்தியா வேற, நம்ம அன்றாடம் உருவாக்குகிற இந்தியா வேற, நம்ம பொய்யா, செயற்கையா அன்றாடம் உருவாக்குற இந்தியாதான் உண்மையான இந்தியா.'

உதவிப் பொறியாளரின் பேச்சு தோழருக்கு உறைத்தது. தொழிற்சங்கத் தலைவர் தோழர் வேல்சாமி அமைதியாக உட்கார்ந்துகொண்டிருந்தார். தான் மனைவி மக்களுடன் கடம்பூர் அலுவலக வீட்டில் வசிப்பதாக பொய்யான தகவல்களை உருவாக்குவது மாதிரியே மின்வாரியமும் செயல்படுவதை நினைத்துக்கொண்டார். எதுவும் பேசாமல் அலுவலகம் திரும்பினார். மாதவன் நாயர் ஐபீஎஸ், சாதாரணமானவர் இல்லை என்பதை நினைத்துக் கொண்டார்.

இதேபோல்தான் போலோநாத் என்கிற இந்திக்காரன் கண்காணிப்பாளராக வந்தான். கறார் பேர்வழி, எதற்கும் மசியாதவன், கடேசியில் அவனுடைய வீட்டுக்கு அனாமதேயக் கடிதங்கள் எழுதி, அவர்களுடைய குடும்பத்திற்குள் பிரச்சினையை உருவாக்கியதைத் தோழர் நினைத்துக்கொண்டார். அதற்கும் வழியில்லை, மாதவன் நாயர் கட்டப் பிரம்மச்சாரி, பெண்களின் முன்னால் எட்டடி தள்ளி நின்று பேசக்கூடியவர். மின்வாரிய தொழிற்சங்கத் தலைவர் வேல்சாமி மாதிரி தானும் பொம்மையாக ஆகிவிடலாமா என யோசித்தார்.

நான்கே மாசங்கள்தான் தோழரின் அடுத்த கடிதம் வந்து சேர்ந்தது. மிக மிகச் சுருக்கமாக எழுதப்பட்டிருந்தது கடிதம்.

'கொசுத்தொல்லை தாங்க முடியவில்லை. நானும், என் மனைவியும் இரண்டு குழந்தைகளும் நிம்மதியாகத் தூங்க முடியவில்லை. தொற்றுநோய்கள் வந்துவிடக்கூடாது என்று அஞ்சுகிறோம். ஆகவே, எங்கள் நான்கு பேருக்கும் நான்கு கொசு வலைகள் உடனடியாக வாங்கிக் கொடுக்கும்படி கேட்டுக்கொள்கிறேன்.'

மாதவன் நாயர் அடுத்த நிமிஷமே பதில் எழுதி அன்றைய தபால்களுடன் சேர்த்தார்.

‘கடிதம் கிடைத்தது, கொசுத் தொல்லையால் அவதிப்படக் கூடாது, விரைந்து நடவடிக்கை மேற்கொள்கிறேன். கடம்பூரில் கொசுக்கள் இருக்கிறது என்பதற்கான ஆதாரங்கள் ஏதும் இருந்தால் சமர்ப்பிக்கவும்.’

மறுநாளே தபாலோடு சேர்த்து ஒரு பிளாஸ்டிக் கவரில் ஏராளமான கொசுக்கள் அடைக்கப்பட்டு அனுப்பப்பட்டிருந்தது.

நாயரின் பதில் ‘எவ்வளவு பெரிய கொசுக்கள், பாவம் உங்களுடைய மனைவியும் குழந்தைகளும். விரைந்து நடவடிக்கை மேற்கொள்கிறேன். இந்தக் கொசுக்கள் கடம்பூர் வாழ் கொசுக்கள் ‘தான்’ என்பதற்கான சான்றுகள் வேண்டும். ஆகவே, கடம்பூர் உதவி சுகாதார அதிகாரியிடம் அத்தாட்சிக் கடிதம் பெற்று சமர்ப்பிக்கவும்.’

சுகாதார அதிகாரி தமிழ்ச்செல்வன் நமது தோழரின் நண்பர்தான். சுகாதாரத் துறையின் சங்க செயல்பாடுகளில் முதன்மையானவர். புரட்சியை ஆதரிக்கக்கூடியவர்.

‘தோழர் கடம்பூரைப் பொறுத்தவரையில் கொசுவே கிடையாது. அனைத்துக் கொசுக்களையும் ஒழித்துவிட்டோம் என்று சுகாதாரத் துறைச் செயலாளருக்கு போன மாசமே அறிக்கை அனுப்பி விட்டோம்.’

‘நிறைய்ய கொசு இருக்கிறது தோழர்.’

‘இப்போது வந்திருக்கலாமில்லையா, இனிமேல் திட்டங்கள் போட்டு அரசுக்கு அனுப்பி இவற்றையும் ஒழிப்போம்.’

‘கொசு இருக்கு என்று சர்டிபிகேட் கொடுக்க முடியுமா தோழர்.’

‘யாராவது தன் தலையில் தானே மண்ணள்ளிப் போடுவானா.’

முதன்முறையாக பொன்னுச்சாமித் தோழருக்குப் பொறி தட்டியது. இல்லாத குடும்பத்தை இங்கே இருப்பதாகக் காட்டுவதற்கு, தன்னால் தனியாக ரிக்கார்டு உருவாக்க முடியாது என்பதையும், எல்லா அலுவலகங்களிலும் பொய்யான ரிக்கார்டு களையே அதிகாரிகள் உருவாக்குகிறார்கள். அதற்கு தொழிற் சங்கங்கள் துணைபோகின்றன என்பதை உணர்ந்துகொண்டார்.

மாதவன் நாயரின் ஜீப்பைக் கண்டவுடன் தோழர் நிலை குலைந்து போனார்.

'ஒரு வருடமாகியும், உங்கள் பேமிலி இங்கே வரவில்லை, நீங்களும் இரவு இங்கே தங்கவில்லை. இது அலுவலக விதியை மீறிய செயல், மேலதிகாரிகளின் உத்தரவுகளை மதிக்காத செயல். ஆகவே, உங்களை சஸ்பெண்ட் செய்கிறேன்.'

'நானோ என் குடும்பமோ இங்கே தங்கவில்லை என்பதற்கு சாட்சியங்கள் உண்டா சார்.'

'உங்களுக்கு ஒதுக்கப்பட்ட வீட்டின் மாடிப் படிக்கட்டுகளில் கூடுகட்டியிருக்கும் தேன்கூடுகள், செங்குளவித் தட்டுக்கள், சிலந்திக்கூடுகள் இவையே சாட்சி, வேறு சாட்சிகள் தேவையில்லை.'

சஸ்பெண்ட் ஆர்டருடன் சேர்த்து, தன்னுடைய அடையாள அட்டையையும் சேர்த்துக் கொடுத்தார் மாதவன் நாயர். அந்த அடையாள அட்டை, கேரள மாநில, திருவனந்தபுரம் நகர, சிபீஎம் உறுப்பினருக்கான அடையாள அட்டை.

12

சமர்த்தி

நம் எல்லோருடைய வாழ்க்கையிலும் ஏதாவது ஒரு மரணம் நிகழ்ந்துதான் இருக்கும். சில மரணங்களை இயல்பு என்று ஏற்றுக் கொண்டு ஒரு பெருமூச்சுடன் மறந்து போயிருக்கலாம், சில மரணங்கள் நம்மை தினமும் ஒரு தடவையாவது வந்து நம் மனசுக்குள் ஒரு பெரும் புயலை உருவாக்கி விட்டுப் போகலாம். மரணங்களை எதிர்கொள்ளாத மனிதர்கள் உண்டா என்ன?

ஆனால், மரணங்களையே தன் வாழ்க்கையில் சதா தரிசித்துக் கொண்டிருக்கும் சிலர் வாழ்ந்துகொண்டுதான் இருக்கிறார்கள். அப்படிப்பட்ட ஜீவன்களில் ஒன்றுதான் தெய்வானைப் பாட்டி. அவளுடைய இயற்பெயர் தெய்வானை என்பது அனேகமாக அந்த ஊரில் அனைவருமே மறந்துவிட்ட பெயர். சமர்த்திப் பாட்டி என்றால் தான் தெரியும். சமர்த்தன் என்கிற ஆண் பாலுக்கு அர்த்தம் கெட்டிக் காரன் என்றால் சமர்த்தி என்பதற்கு அர்த்தம் கெட்டிக்காரிதானே.

சமர்த்திப் பாட்டி தன் வீட்டில் நடந்த ஒவ்வொரு மரணத்தையும் எதிர்கொண்டு ஏற்றுக்கொண்டு இயல்பு நிலைக்கு எப்படி வந்தாள் என்பதை நினைக்கும் போது நமக்குப் பெரிய ஆச்சரியமாக இருக்கும். எந்தச் சோகத்தையும் தாங்கிக்கொண்டு வாழும் மனத்தைரியத்தை கடவுள் சிலருக்குப் படைக்கும் போதே வைத்து விடுவார் போல, இல்லையென்றால் தன் வீட்டில் நடந்த நான்கு மரணங்களையும் இயல்பாக ஏற்றுக்கொண்டு, அதன் பின்னர் மரணத்தைவிடவும் சோகம் தரும் துன்பங்களையும் அவமானங் களையும் சமர்த்திப் பாட்டி எதிர்கொண்ட விதம்.

கிராமங்களில் பொழுதடையும் சாயங்கால நேரம் என்பது

எவ்விதப் பரபரப்பும் ஆத்திர அவசரங்களும் இல்லாத அமைதியான நேரமாகும். வேலைக்குப் போனவர்கள் உழைத்துக் களைத்து வீடு திரும்புகிற நேரம். மேச்சலுக்குப் போன கால்நடைகள் வயிறு நிறைந்து அசை போட்டபடி ஒய்யாரமாக நடந்து வரும் நேரம். கூடடையும் பறவைகளின் கெச்சட்ட ஒலிகள் ஒன்று கூடி, சிறகடிக்கும் பறவைக் கூட்டங்கள் மரங்களை வந்தடையும் நேரம். மாலை மறைந்து இருளில் கிராமம் தன்னை மூடிக்கொள்ளும் நேரம்.

தெய்வானைப் பாட்டி அழுது புரண்டாள், புலம்பினாள். என்ன செய்தாலும் இறந்தவர்கள் மீண்டும் எழுந்து வரப் போகிறார்களா என்ன? ஆனாலும் பாட்டிக்குப் பெரும் ஆதரவாக இருந்து பாட்டியை இயல்பு நிலைக்குக் கொண்டுவந்தவர்கள் மூத்த மகனின் இரண்டு பேரப்பிள்ளைகளும், இன்னும் கல்யாணமாகாத இரண்டு இளவட்ட மகன்களும்தான். பாட்டியின் பெரும்பாலான பொழுதுகள் தன்னுடைய பேரப்பிள்ளைகளுடனேதான் கழிந்தது.

புருஷன் பாம்புக் கடியில் இறந்து ஆறே மாசம்தான், அதே மாதிரி ஒரு சாயங்கால மம்மிருட்டில் ஊர் பரபரப்பானது, ஆண்களும் பெண்களும் கண்மாய் கரையை நோக்கி வரிசை வரிசையாய் ஓடிக்கொண்டிருந்தார்கள். அங்கே அவர்கள் கண்ட கொடூரக்காட்சி, தெய்வானைப் பாட்டியின் மூன்றாவது கடைசி மகன் கருப்பசாமி உச்சிப் பனையிலிருந்து விழுந்து, இடுப்பில் சொருகியிருந்த பாளை அரிவாள் கடைவயிற்றைக் கிழித்துக் குடல் வெளியே சரிந்து செத்துக் கிடந்தான்.

தெய்வானைப் பாட்டியின் ஒப்பாரியும், அழுகையும், நிறை கண்மாய்க்குள் நிற்கும் மரங்களில் கூடடையும் பறவைச் சத்தங்களுடன் கலந்துவிட்டது. வீட்டுக்கே கொண்டுவராமல் அப்படியே சுடுகாட்டுக்குத் தூக்கிக் கொடுத்துவிட்டு நடை பிணமாக வீடு வந்துசேர்ந்தாள் பாட்டி. முதல் முறையாக இப்போது பாட்டியால், யாருடன் பேசினாலும் தன் கண்களில் கண்ணீர் பெருகுவதைக் கட்டுப்படுத்த முடியவில்லை. சேலை முந்தானையால் கண்ணீரைத் துடைத்தபடிதான் பேசினாள்.

தெய்வானைப் பாட்டியின் நடவடிக்கைகளில் கொஞ்சம் தொய்வு ஏற்பட்டது என்னவோ உண்மைதான். காடு கரைகளில் வேலைத் தளங்களில் பாட்டி அழுததாகப் பேசிக்கொண்டார்கள்.

ஆட்கள் கூடி நிற்கும் இடங்களில் நிற்பதையும் அவர்களுடன் சேர்ந்து ஊர்க்கதைகள் பேசுவதையும் பாட்டி குறைத்துக்கொண்டாள்.

பட்ட காலிலே படும் கெட்ட குடியே கெடும் என்பது மாதிரி சரியாக மூன்றே மாசங்கள்தான், கிணற்றுக்கு குளிக்கப் போன தனது இரண்டாவது மகன் ராத்திரியாகியும் வீடு திரும்பவில்லை. பாட்டி பதைபதைத்தாள். தன் மூத்த மகனைக் கூட்டிக்கொண்டு கிணறுகளிலெல்லாம் தேடினாள். வயக்காட்டுக்கு மத்தியில் கோட்டிக்காரிச்சி பழனியம்மாள் கைகால் விலங்குடன் விழுந்து செத்து ஊதி மிதந்த கொடிக்கால் கிணற்றின் சுவரோரம் தன் மகனின் செருப்புக்களும், வேஷ்டியும், பெல்ட்டும் இருந்ததைப் பார்த்தார்கள். நன்றாக நீச்சல் தெரிந்தவன் என்பதால் கொஞ்சம் தைரியத்துடன் இருந்த பாட்டி, கிணற்றின் படியில் இரத்தக் கறைகளைப் பார்த்தவுடன் கூப்பாடு போட்டாள்.

குளித்துவிட்டு மேலேறியவன் சுவரின் கல்லைப் பிடித்து ஏறியிருக்கிறான். கல் பெயர்ந்து அவன் படியில் விழ, பெயர்ந்த கல் அவன் தலையைப் பிளக்க அப்படியே தண்ணீருக்குள் மூழ்கி தரையில் அடங்கிப் போனான். ராத்திரி முழுக்க பந்தம் கட்டி, பாதாளக்கொரண்டி போட்டுத் தூக்கியபோது மண்டை இரண்டாகப் பிளந்திருந்தது. வீட்டுக்குக் கொண்டுவராமல், அப்படியே சுடு காட்டுக்குத் தூக்கிக் கொடுத்துவிட்டு நடை பிணமாய் போனாள் பாட்டி.

அடுத்தடுத்து மூன்று மரணங்கள். வீடே கொஞ்சம் வெறிச் சோடிப் போனது. எட்டுக் குஞ்சுகளுடன் சிலுசிலுவெனத் திரிந்த கோழிக்கூட்டம் அம்மை நோய் வந்து ஒரே நாளில் ஆறு குஞ்சுகள் இறந்தவுடன் மீதியிருந்த தன்னுடைய இரண்டு குஞ்சுகளை கூட்டிக்கொண்டு திரிந்த தாய்க் கோழியை நினைத்துப் பார்த்தாள். தன்னுடைய இரண்டு பேரன்களுடன் நிறைய்ய நேரம் செல விட்டாள்.

ஒரு வழியாக மனம் ஆறுதல்பட்டு பாட்டி இயல்பு நிலைக்குத் திரும்பிய போதுதான் மீண்டும் ஒரு பேரிடி வந்து விழுந்தது. கிணறு வெட்டுகிற வேலைக்குப் போன தன்னுடைய மூத்த மகன், பாறைகளைத் தகர்க்க வைத்த வெடி வெடித்ததில் பாறைகள் சிதறியதில் பறந்துவந்த கல் ஒன்று தன் மூத்த மகனின் மண்டையைப் பிளக்க மூளை சிதறி அதே இடத்தில் பிணமாகிப் போனான்.

தன் குடும்பத்தில் ஆண் வாரிசே இல்லாமல் போனதை நினைத்து தெய்வானைப் பாட்டி அழுது புரண்டாள். தன் வீடே வெறுமை யாகிப் போனதைப் பார்த்துப் பார்த்து மறுகினாள்.

ஊரில் யார் வீட்டில் சாவு விழுந்தாலும் அங்கே பாட்டியின் ஒப்பாரியே மேலோங்கியிருந்தது. பாட்டி தூரத்தில் வரும்போதே பெண்கள் சொல்வார்கள்,

'பாதகத்தி... வந்திட்டா, எல்லாத்தையும் அழ வச்சிட்டுத்தான், அவ அழுகையை நிறுத்துவா.'

தன்னுடைய புருஷன், மூன்று இளவட்ட மகன்களின் வன்சாவு, பாட்டியை சதா அரிக்கும் மனக்கவலைகள், சோகம் ததும்பும் ஒப்பாரிகளாக ஆழ்மனத்திலிருந்து பீறிட்டு எழுந்த போது, அது அனைவரையும் அழ வைத்தது.

பாட்டியின் நடை உடை பாவனைகளில் பெரிய மாற்றம். மருமகள் காடுகரைகளுக்கு வேலைக்குப் போனால் இரண்டு பேரப் பிள்ளைகளைக் கவனித்துக்கொண்டு வீடே தஞ்சம் என்று முடங்கிப் போனாள். சிலர் ஜாடை மாடையாகப் பேசுவது பாட்டியின் காதிலும் விழுந்தது.

'இவ எல்லாம் உசுரு வச்சு இருக்கணுமாக்கும், இனிமே இருந்து என்னத்த அள்ளிக் கெட்டப் போறா, புருஷன தூக்கி விட்டாச்சு, மூனு எளவட்டங்களையும் தூக்கிக் குடுத்திட்ட, நாமின்னா நாண்டுகிட்டு செத்துப் போயிருவேன்.'

இப்படியான பேச்சுக்கள் அன்றாடம் பாட்டியின் காதுகளில் விழும் போதெல்லாம் பாட்டி கூனிக் குறுகிப்போனாலும், அவளுக்குள் புதியதாக ஒரு வைரம் பாய்ந்துகொண்டிருந்ததை யாரும் கவனிக்கவில்லை. இரண்டு பேரன்களையும் வளர்த்து ஆளாக்கி, தன் மகனின் பேர் சொல்ல வைக்க வேண்டும் என்ற வைராக்கிய விதை பாட்டியின் நெஞ்சோரத்தில் முளைவிட்டு வளரத் தொடங்கியது. தன்னைப் பற்றி புரணி பேசுபவர்களுக்குத் தன்னுடைய மௌனத்தால் மட்டுமே பதில் சொல்லிவிட்டு ஒதுங்கிக்கொண்டாள். தன்னுடைய மருமகளுக்கு ஆறுதல் தேறுதல் சொல்லி எவ்வளவுதான் அரவணைத்தாலும், கொஞ்ச நாளாக மருமகள் முற்றாக யாருடனும் பேசுவதை நிறுத்திக் கொண்டது, தன்னிடம் எரிந்து எரிந்து கடுப்பாகப் பேசுவது, சின்ன

விஷயத்துக்கெல்லாம் பிள்ளைகளை அடித்துத் துவைப்பது, பாத்திரம் பண்டங்களைத் தூக்கி வீசுவது போன்ற செயல்களை பாட்டியால் தாங்கிக்கொள்ள இயலாவிட்டாலும், பொறுத்துத் தானே ஆகவேண்டும்.

மத்தியான வெய்யில், குளிப்பதற்காக ஓலைகளால் மறைத்துக் கட்டப்பட்ட நிரைசலுக்குள் போன மருமகள் ரொம்ப நேரமாகியும் வெளிவரவில்லை. பாட்டி மெதுவாக எட்டிப் பார்த்தாள். உடம்பில் துணி எதுவும் இல்லாம் கால் நீட்டி உட்கார்ந்தபடி ஒரு சொட்டு தண்ணீர் இல்லாமல் காலி செய்துவிட்டு, கெக்கலி போட்டு சிரித்துக்கொண்டிருந்தாள். பாட்டியைக் கண்டவுடன் சர்வ சாதாரணமாகச் சிரித்துக்கொண்டும், கைகளைத் தட்டியபடியே தெருவில் நடந்தாள். தன் உடம்பில் ஆடை இல்லை என்பதையே மறந்துவிட்டாள். பாட்டியின் கைகளைத் தட்டிவிட்டு தெருவில் வேகமாக ஓடினாள். பாட்டி கூப்பாடு போட்டாள். நாலைந்து பெண்கள் வந்து அமுக்கிப் பிடித்து சேலை உடுத்திவிட்டபோது, சேலையை அவிழ்த்து தூர எறிந்தாள். ரவிக்கையை மாட்ட முடியவே இல்லை. கைகள் இரண்டையும் சேர்த்துக் கட்டினாலும் தெருவில் இறங்கி ஓட்டம் பிடித்தாள். கைகளையும் கால்களையும் கயிற்றால் கட்டி, ஒரு தூணோடு சேர்த்து உட்கார வைத்தார்கள். தன் பிள்ளைகளைக் கிட்ட வரவிடாமல் எட்டி உதைத்தாள்.

தெய்வானைப் பாட்டி நிலைகுலைந்து போனாள். அழுது அழுது முகம் விகாரமாக வீங்கி வாடி வதங்கி நடைபிணமானாள். மாட்டு வண்டியில் ஏற்றி பக்கத்து ஊரில் பைத்தியங்களைப் பராமரிக்கும் ஒரு கோயிலில் போய் ஒப்படைத்தார்கள். கோயிலில் கொடுக்கும் சாப்பாட்டையும் வருகிற போகிறவர்கள் கொடுக்கும் உதவிகளையும் வாங்கிக்கொண்டு பாட்டி இரண்டு பேரன் களையும் வைத்துக்கொண்டு கோவிலிலேயே தங்கிக்கொண்டாள்.

சுற்றிலும் விழுதுகள் தொங்க படர்ந்து நிற்கும் அந்த ஆல மரத்தடி கோயிலில் ஏராளமான பைத்தியங்கள் சுற்றித் திரிந்தன. கைகளில் மட்டும் விலங்குடன், கைகளிலும் கால்களிலும் விலங்குடன், குனிந்தபடியே நடக்கும் படியான சங்கிலியுடன், ஆண், பெண் பேதம் பிரித்தறிய முடியாத உடைகளை அணிந்தபடி, பைத்தியங்களுக்குத் துணையாக இருக்கும் உறவினர்களுடன் தன் இரண்டு பேரப்பிள்ளைகளுடன் தங்கிக்கொண்டாள் பாட்டி.

அங்கே இருப்பவர்களிடம் தன் பேரப் பிள்ளைகளைப் பார்த்துக் கொள்ளச் சொல்லிவிட்டு மிளகாய் பழம் பறிக்க, பருத்தி எடுக்க என்று காட்டு வேலைகளுக்கும் சென்று வந்தாள் பாட்டி.

இங்கே வந்து ஆறேழு மாசங்கள் ஆகியும் இன்னும் அப்படியே தான் இருந்தாள் மருமகள். குளிப்பாட்டி ஆடை மாற்றும் போது பாட்டி திடுக்கிட்டாள். மருமகளின் வயிறு வீங்கி மினுமினுப்பாக இருந்ததைப் பார்த்தவள், தன் இரு கைகளாலும் தலையில் அடித்துக் கொண்டு அழுதாள்.

'கடவுளே... என்னை இன்னுமா சோதிக்க, இந்த ரெண்டை வளர்க்க நான் படுகிற பாடு காணாதா தகப்பன் பேர் தெரியாத இன்னொன்னையும் நான் வளர்க்கணுமா, கடவுளே ஒனக்குக் கண்ணில்லையா'

அழகான ஆண்குழந்தையைப் பெற்றெடுத்தாள் மருமகள். வெறித்துப் பார்த்துக்கொண்டே இருந்த மருமகள் இப்போது குழந்தைக்குப் பாலூட்டினாள், இயல்பாகிப் போனாள். நான்கு பேராக கோவிலுக்குப் போன பாட்டியுடன் இப்போது ஐந்தாவதாக வந்த ஜீவனைப் பார்த்து ஊர் சிரித்தது. பாட்டியை எள்ளி நகை யாடியது. பாட்டி தலைகுனிந்து நடந்து மௌனமாக நடமாடித் திரிந்தாள்.

அன்றைய பொழுது விடிந்தபோது அவமானம் தாங்காமல் பாட்டியின் மருமகள் தொழுவத்தில் தூக்குப் போட்டு செத்துப் போனாள். அப்போதுதான் தெய்வானைப் பாட்டி சமர்த்திப் பாட்டியாக மாறத் தொடங்கினாள். ஆட்டுக்கிடை, மாட்டுக் கிடைகள் தேடி தர்மப்பால் வாங்கி வந்து பேரன்களை வளர்த்தாள். குழந்தையில்லாதவர்கள் அந்தக் குழந்தையைக் கேட்டதற்குத் தர மறுத்ததோடு அவர்களுடன் சண்டை போட்டாள்.

சமர்த்திப் பாட்டியின் வயதை யாராலும் அறுதியிட்டுக் கூற முடிய வில்லை. தொண்ணூறைக் கடந்து ஒருநாள் பாட்டி மரணித்த போது, பாட்டியின் மூன்று பேரன்களும் பெரிய அரசு உத்தியோகஸ்தர்களாக ஆக்கப்பட்டிருந்தார்கள். சமர்த்திப் பாட்டியின் இறுதி ஊர்வலம் திருவிழாக் கூட்டம் போல் சென்றது. இருளாண்டி தாத்தா சொன்னார் 'சமர்த்தினா சமர்த்தி தெய்வானைதான் சமர்த்தி.'

□

குறுநாவல்

மைதானம்

அந்த மைதானத்திற்கென்று தனியாக மின்விளக்குகள் எதுவுமே இதுவரை அமைக்கப்படவில்லை. சாலை நெடுகிலும் பிரகாசிக்கும் வெளிச்சம் மட்டுமே மைதானத்தின் சுற்றுச் சுவரையும் தாண்டி சிறிது வெளிச்சத்தை உமிழ்ந்துகொண்டிருந்தது. மொத்தத்தில் உருவம் மட்டும் தெரியும். அடையாளம் தெரியாத மங்கலான வெளிச்சம் பரவிய மைதானம். இரவில் அந்த மைதானத்திற்குள் நடப்பதென்பது பொன்மாடனுக்கு ஒன்றும் புதியதல்ல. தன் கையைப் பிடித்துக்கொண்டு தாத்தா தள்ளாடி எட்டு வைத்த மைதானம். தன் அப்பாவின் கையைப் பிடித்துக்கொண்டு தான் எட்டு வைத்த மைதானம். தன் வீட்டின் வடக்குப்பக்க ஜன்னலைத் திறந்தால் பரந்த வெட்டவெளியாய் கிடக்கும் மைதானம். எப்போதும் குவிந்து கிடக்கும் நாடோடிகளின் உதிரி மனிதர்களின் கூப்பாட்டுச் சத்தத்தைத் தவிர்ப்பதற்காகவே வடக்குப் பக்க ஜன்னலை அப்பா திறக்கவேவிடமாட்டார்.

பிறகு எதற்காக பொன்மாடன் பயமும் படபடப்பும் கூடிய நடுக்கத்துடன் மைதானத்தில் நிற்கிறான் என்றால் எங்கிருந்தோ வந்த குரல்தான். பொன்மாடா என்று கூப்பிட்டாலும் பரவா யில்லை மாடா என்றும், யேல பொன்மாடா என்றும் சத்தம் கேட்டவுடன்தான் பொன்மாடன் ஆச்சரியத்துடனும், கொஞ்சம் பயத்துடனும் நின்று திகைத்தான். இதுவரை தன்னை இவ்விதம் உரிமையுடன் பட்டப்பெயர் சொல்லியோ, யேல, என்று ஒருமையிலோ கூப்பிட்டதில்லை. அடுத்துக் கூப்பிட்ட குரல் இன்னாருடையது என்று நிர்ணயிக்கவும் முடியவில்லை என்பதோடு,

அது ஆண்குரலாகவும் அல்லது பெண்குரலாகவும் புரியவில்லை, இடைப்பட்ட அலிக்குரலாக இருந்ததால் பயப்பட வேண்டிய திருந்தது. பகலில் அரவாணிகளை எப்போதாவது இங்கே பார்த்திருக்கிறான். ஆனால் பலவித நாடோடிகள் இங்கே பல நாட்கள் தங்கினாலும் அரவாணிகள் தங்கிப் பார்த்ததில்லை.

'பொன்மாடா, யே... பொன்மாடா, ஒன்னத்தான்டா.'

குரல் வந்த திசையைப் பார்த்தபடியே சுற்றும் முற்றும் பார்த்தும் உருவம் ஒன்றும் தென்படவில்லை. இப்போது சிரிப்புச் சத்தமும் சேர்ந்துகொண்டது.

'கொஞ்ச நேரத்துக்கு முன்னாடி, பெரிய சத்தம் போட்டு ஒன்னோட வீரத்த ஒம் பொண்டாட்டிட்ட காட்னத நானும் கேட்டன், அப்பேர்பட்ட வீரன், இப்ப எதுக்கு இப்படி அறுக்கப் போற ஆடு கெணக்கா முழிக்க.'

'ஆராயிருந்தாலும் நேர்ல வந்து பேசுங்க.'

'நேர்ல வந்துதாண்டா பேசுறன், பயப்படாம இப்பிடி பெஞ்சில் உட்கார்டா, என் டுமுக்கு.'

பொன்மாடன் மறுபேச்சு பேசவில்லை. கை, கால்கள் நடுங்க பெஞ்சின் மேல் உட்கார்ந்தான். பாதி உடைந்த பெஞ்ச் பரிதாபமாய் நின்றது. மைதானத்தை அடைத்துக்கொண்டு குமுக்காய் தளிர்த்து நின்ற வரிசைப் புளியமரத்தில் பறவை ஒன்றின் சிறகசைத்த டப்டப்டப் சத்தம் மேலும் பயத்தைக் கூட்டியது. ஆந்தைகளின் அலறல்கள் பல இரவுகளில் அவன் வீட்டிலிருந்தே கேட்டிருக் கிறான். அப்போதெல்லாம் பொன்மாடனுக்குத் தன் பொண்டாட்டி யிடமிருந்து தவறாமல் வசவு கிடைக்கும்.

'ஜன்னலப் பூட்டிட்டு வந்து படுங்க படுங்கனு பச்சப் புள்ள கிட்ட சொல்றது மாதிரி எத்தனாட்ட படிச்சுப் படிச்சு சொன்னாலும், ஒங்களுக்கு அறிவே இல்லேங்க, அந்த ஆக்கங் கெட்ட ஆந்த அவச கொணமா கத்துது, போங்க போயி ஜன்னல் கதவச் சாத்துங்க.'

தன் மனைவியிடமிருந்து அடிக்கடி தான் வாங்கிக்கொள்ளும் வசவையும் திட்டையும் நினைத்துப் பார்த்தான்.

'என்ன, ஆந்தச் சத்தங்கேட்டதும், பொண்டாட்டியோட வசவு ஞாபகம் வந்திருச்சாக்கும். பயப்படாத, ஆந்தையும் பொண் டாட்டியும் ஒன்னுதான், ஆந்தச் சத்தமும், பொண்டாட்டியோட

சத்தமும் ஒன்னுதான், ரெண்டு சத்தத்துக்கும் எல்லாப் புருஷமாரும் பயப்படுறாங்கல்ல.'

பெஞ்சில் பரக்கப் பரக்க உட்கார்ந்திருந்த பொன்மாடனால் குரலை மட்டுமே கேட்க முடிந்தது. ஆளரவமற்ற நடுஇரவில் வெறும் குரல் மட்டும் பேசினால் யாருக்குத்தான் பயம் வராது. கொஞ்ச நேரம் அமைதியாக இருந்ததால் இன்னும் பயம் அதிகரித்து நடுங்கினான். குரல் இருக்கும் போது கொஞ்சம் ஆறுதலாக இருந்ததை நினைத்துக் குரலுக்காகக் காத்திருந்தான்.

மௌனத்தின் குரல் என்பது பயமும் பீதியும் கலந்தது என்பதை உணர்ந்தவன் புளிய மரத்தடி இருளில் இரண்டு உருவங்கள் நிற்பதை உற்றுப் பார்த்தான். நிழல்கள் போல் தெரிந்தாலும், இரண்டு நிழலுருவங்கள் நடமாடுவதைத் தெளிவாய் பார்த்தான்.

'என்ன... பொன்மாடா, புளிய மரத்தடியில் ரெண்டு உருவத்தப் பாத்துப் பயந்திட்டயாக்கும்.'

'ஒன்னோட பேச்சு வரப்போய்த்தான் உட்கார்ந்திருக்கன், இல்லனா இன்னேரம் ஓடிப்போயிருப்பன்.'

'பயப்படாத, நான் ஒம் பக்கத்துலதான் இருக்கன், அதுக ரெண்டும் வேற, ஒன்னயும் ஒன்னும் செய்யமாட்டாக.'

'வேறன்னா என்னது, மனுஷருங்களா இல்ல பேயா.'

'பேயெல்லாம் ஒரு மயிரும் கெடையாது, மனுஷருங்கதான், ஒனக்கும் தெரிஞ்சவங்கதான், எனக்கும் தெரிஞ்சவங்கதான், இருட்ல அடையாளம் தெரியல, பெறகென்ன ரெண்டு பேரும் தெனம் ராத்திரி பத்து பதினொரு மணிக்குப் பெறவு வருவாக பெறவு போயிருவாக.'

'எதுக்கு நட்ட நடு ராத்திரியில வாராக.'

'தெரியல, நானும் கேட்டுக்கிட்டதில்ல, வேணும்னா போயேன், போயி, என்ன சோலினு கேட்டுட்டு வாயேன்.'

'நமக்கெதுக்கு அந்த வம்பு வேல, யாரு வந்தா என்ன போனா என்ன, அது சரி, நிய்யாரு மொதல்ல அதச் சொல்லு.'

'நான் யாருனு சொன்னா போதுமாக்கும், புளிய மரத்தடியில நிக்கிறவங்க யாருனும், எதுக்கு இங்க வாராங்கனும் தெரிய வேணாமாக்கும்.'

'தெரிஞ்சுக்கிற ஆசையாத்தான் இருக்கு, என்னால அங்க போயி பாக்க முடியாது. நிய்வேணா சொல்லு தெரிஞ்சுக்கிறன்.'

'ஒங்க வீட்டுக்கு நாலு வீடு தள்ளி இருக்கார்ல்ல, மேல மில்லுல மேஸ்திரியா வேல பாக்கார்ல்ல.'

'ஆமா முருகேசன், அவரு எனக்கு மாமா ஒறவு, அவரா'

'அவர் இல்ல, ஒங்க அத்த லட்சுமி'

'அப்படின்னா மாமா'

'மாமாவுக்கு இன்னையிலருந்து நைட்ஷிப்ட் வேல. இன்னும் ஒரு வாரத்துக்கு தெனமும் ராத்திரி ஒங்க அத்தய இங்க பாக்கலாம், பத்து மணிக்கு மேல கண்டிப்பா வருவா.'

'பாதி சொல்லிட்டன், இனி மீதிய நிய்யிதான் கண்டு பிடிக்கனும், வேணும்னா நாளைக்கு ராத்திரி வா சொல்றன்'

'ஒன்னய யாருனு சொல்லல, ஓம் மொகத்தையும் காட்டல ஊரு வெவகாரம் முழூதும் தெரிஞ்சிருக்கு, ஓம் பேரையாவது சொல்லேன் தெரிஞ்சுக்கிறன்.'

'சரி, விருப்பப்பட்டுக் கேக்கயேனு எம் பேரச் சொல்றன், நாளைக்கு வா மீதிக்கதை எல்லாத்தையும் சொல்றன், எம் பேரு மைதானம்'

'மைதானமா, மனுஷரோட பேரு மாதிரி இல்லையே, மைதானம்ங்கிறது, இப்ப நான் ஒக்காந்திருக்கிறனே, இந்த எடத்தோட பேரு, இதுவா ஓம் பேரு, வெளையாடாம சொல்லு.'

'சத்தியமா எம் பேரு மைதானம்தான், பொய் எதுக்கு சொல்லனும், நாளைக்கு வா, அத்தையப் பாக்கணுமில்ல.'

பேச்சு நின்றுவிட்டது. புளியமரத்தடி நிழலில் இரண்டு உருவங்கள் உட்கார்ந்திருப்பதைப் போலும், இலேசாக அசைவதைப் போலவும், ஒரு உருவம் எழுந்து நிற்பதைப் போலவும் தெரிந்தது. துணைப் பேச்சு நின்று விட்டபடியால் பொன்மாடனால் பயத்தைக் கட்டுப்படுத்த முடியவில்லை. விருட்டென்று எழுந்து கொண்டவன். வேகமாக எட்டுவைத்து வீட்டை நோக்கி நடந்தான். இலேசான சிரிப்பு சத்தம் கேட்டது. தன்னை கேலி செய்து சிரிக்கிற சிரிப்பு போல் உணர்ந்தான்.

வெறிச்சோடிக் கிடந்த சாலையைக் கடந்து தெருவுக்குள்

நுழைந்து தன் வீட்டின் முன்வந்து நின்றபடியே அத்தையின் வீட்டை உற்றுப்பார்த்தான்.

தன் மனைவியும் குழந்தைகளும் ஆழ்ந்து உறங்கிக் கொண்டிருந்தார்கள். பயமும் ஆச்சரியமும் கலந்த படபடப்பில், உலர்ந்த உதடுகளை நாவால் வருடியபடியே ஒரு செம்பு தண்ணீரை ஒரே மூச்சில் குடித்தான். தன்னை ஆக்ரமித்துக் கொண்ட லட்சுமி அத்தையை மறந்துவிட நினைத்துத் தோற்றுப் போனான். அவளுடைய அழகான முகமும், சிவந்த களையான உடலும், நெற்றிக் குங்குமமும் நினைவில் ஆட மீண்டும் ஒரு முறை தெருவுக்கு வந்து லட்சுமி அத்தையின் வீட்டைப் பார்த்தான். தூரத்தில் தெரு நாயின் ஓலம் அரிச்சலாய் கேட்டது.

'தான் பார்த்த உருவம், லட்சுமி அத்தைதான் என்று தனக்கு அடையாளம் தெரியவில்லை. எங்கிருந்தோ கேட்ட ஒரு குரல் சொன்னதை நம்பி, நான் ஏன் லட்சுமி அத்தையை சந்தேகப் படவேண்டும், பேசிய குரல் தன் பெயரைக்கூட சொல்லாமல் 'மைதானம்' என்று சொல்லி நிறுத்திக்கொண்டதே, குழந்தை குட்டிகளுடன் இருக்கும் அத்தையும், கௌரவமாக மேஸ்திரி வேலை பார்க்கும் மாமாவும் மனசில் நிழலாடியபடியிருந்தார்கள்.

ஒரு பக்கம் நன்றாக விடியு முன்னரே அத்தையின் முன்னால் போய் நின்ற பொன்மாடனைப் பார்த்ததும் அத்தை சிரித்த முகமாய் வரவேற்றாள்.

'வாங்க மருமகனே, உள்ள வாங்க, எதுக்கு வெளிய நிக்கிக'

'மாமாவப் பாத்திட்டுப் போகலாம்னு வந்தன்.'

'மாமாவுக்கு நேத்துலருந்து இராத்திரி வேல, ஏழு ஏழரை மணியாகும் வாரதுக்கு, என்ன விஷயம்னு சொல்லுங்க காலாங் காத்தாலயே வந்துட்டீக.'

'வேற ஒன்னுமில்ல, எலி பத்தயம் வேணும், வீட்ல எலித் தொல்ல தாங்க முடியல.'

'மருமகனே, எலிப் பத்தயம் ஸ்பிரிங் போயிக் கெடக்கு, ஒக்கிட நேரமில்லனு ஒங்க மாமா மூலையில் தூக்கிப் போட்டுட்டாரு, இத எங்கிட்டக் கேட்டா சொல்லமாட்டனா, மாமா வந்துதான் சொல்லனுமாக்கும்.'

'இல்ல மாமாவையும் பாத்தது மாதிரி இருக்குமேனுதான்.'

இரவு எப்படா வரும் என்றும் அந்த அனாமதேயக் குரலை விரைவில் கேட்க வேண்டும் என்றும் பரபரப்புடன் காத்திருந்தான் பொன்மாடன். நேத்துமுதல் மாமாவுக்கு இரவு ஷிப்ட் வேலை என்று மைதானம் சொன்னதை அத்தையும் சொன்னபோது சந்தேகம் வலுத்தது. இரவு மாமாவாக மாறும் ஆண் யார் என்பதை அறிந்துகொள்ள மனசு குறுகுறுத்தது. வேலை முடிந்து சாயங் காலம் வீட்டுக்கு வந்தவுடனேயே மாமாவைப் பார்க்க வேகமாய்ப் போனான்.

'எலிப் பத்தயம் ஸ்பிரிங் போய்விட்டது மருமகன, அத ஒக்குட முடியாது, செலவு ரொம்ப ஆகும், வேணும்னா புதுசு ஒன்னு வாங்கிக்கோங்கனு, ஒக்குடரவன் சொல்லிட்டான்.'

மாமாவின் பதிலை காதில் வாங்கிக்கொண்டு இரண்டு மூன்று தடவை மாமாவையும், அத்தையையும் உற்று உற்றுப் பார்த்து விட்டு வீடு வந்து சேர்ந்தான். வாசல்படியை மிதிச்ச உடனேயே பொண்டாட்டி சொன்னாள்.

'நானும் பாக்கன், நேத்து ராத்திரியிலருந்து பேயறஞ்சவன் கெணக்காவும், பித்துப்புடிச்ச பய கெணக்காவும் பரபரக்கப் பாக்கயே என்ன வெசயம்.'

'இல்லியே என்னைக்கும் போலத்தான் இருக்கன்.'

'எனக்குத் தெரியாது ஒம் மூஞ்சி, சரி, அது இருக்கட்டும், மாமா வீட்டுப் பாதைவழி கூடப்போகமாட்டியே, இப்ப ரெண்டு மூனாட்ட அங்க போய்ட்டு வர்ரியே என்ன விஷயம், மாமாவும் அத்தையும் தூக்கிக் குடுத்திட்டாகளா.'

தன் பொண்டாட்டியின் நியாயமான கேள்விகளுக்கு பதில் சொல்ல இயலாதவனாய் மௌனமாகிப் போனான். மனசுக்குள் உட்கார்ந்துகொண்டு பேயாட்டம் போடும் விஷயங்களுக்கு விடை தெரியாமல் நிம்மதி இல்லை என்பதை எண்ணிப் பார்த்தான். இத்தனை ஆண்டுகளாக தன் வீட்டின் அருகே இருக்கும் மைதானம் இதுதானா என்று தன்னையே கேட்டுக் கொண்டான். ஜன்னலை எந்நேரமும் திறந்துவைக்க நிர்ப்பந்தப் படுத்தியதால் மனைவி சண்டை போடுவதை ஏற்றுக்கொண்டான்.

இரவுப் பறவையைப் போல் இரவுக்காக காத்திருந்தான் பொன்மாடன். மேல மில்லின் பத்து மணிச் சைரன் ஒலி மாமாவை

நினைவுபடுத்திச் சென்றது. மெல்ல மெல்ல ஊர் ஒடுங்கிக் கொண்டிருந்தது. புறச்சத்தங்கள் குறைந்ததால் நாயின் ஊளையும், ஆந்தையின் அலறலும் மிகத் தெளிவாய் கேட்டன. பொன்மாடன் மைதானத்திற்குள் எட்டு வைத்தபோது சாலை விளக்கின் சிறிய வெளிச்சத்தில் ஒரு நாடோடிக் கூட்டம் ஆழ்ந்து உறங்கிக் கொண்டிருக்க, அவர்களின் தலைமாட்டில் பெரிய பெரிய பொட்டலங்கள் பாறைகளைப் போல் நிறைந்து காணப்பட்டன. பொன்மாடனின் கண்கள் புளிய மரத்தடி நிழலில் உருவங் களைத் தேடியது. நேற்றுக் கேட்ட குரல் எந்தப் பக்கத்திலிருந்து வரப் போகிறதோ என்று மனசு திக்திக்கென்று அடித்துக் கொள்ள, இரவு தான் உட்கார்ந்திருந்த உடைந்த பெஞ்சின் அருகே பரபரக்க நின்று கொண்டிருந்தான். வடக்குத் திசையிலிருந்து கணீரென்று பேச்சு சத்தம் வந்தது.

‘என்ன... பொன்மாடா, வந்து ரொம்ப நேரமாச்சோ.’

‘இல்ல, இப்பத்தான் வந்து ஒக்காந்தன், நிய்யும் வந்திட்ட.’

‘நான் எங்க வர, இங்கதான நான் இருக்கன்.’

‘சரி, நேத்து வரச் சொன்னியே, என்ன விசயம் சொல்லு‘

‘விசயம் ஒன்னுமில்ல பக்கத்து வீட்டுக்காரனா இருக்கியே செத்த நேரம் பேசிக்கிட்டு இருக்கலாம்னுதான் வரச்சொன்னன்.’

இரவு பதினொரு மணிக்கான சைரன் ஒலி மேல மில்லிலிருந்து மிதந்து வந்தது. இரண்டாவது ஷிப்ட் ஆட்கள் வேலை முடிந்து வெளியில் வர, மூன்றாவது ஷிப்ட் முழு இரவும் வேலை செய்யும் தொழிலாளர்கள் உள்ளே நுழைவார்கள் என்பதையும் கூடவே மாமாவும் இன்னேரம் மில்லுக்குள் போயிருப்பார் என்பதையும் நினைவுபடுத்திப் பார்த்தான். புளியமரத்தை அடிக்கடி பார்த்துக்கொண்டான்.

‘என்னமோ பேசப் போறம்னு வரச் சொல்லிட்டு பேசாம இருக்க.’

‘பேசாம இருக்கல பொன்மாடா, என்னத்தப் பேசன்னு யோசன பண்ணிட்டு இருக்கன், நிய்யி என்னடானா புளியமரத்தடியில் போய் ஒக்காந்திருக்க.’

‘இல்லியே நேத்து ஒக்காந்த பெஞ்சுலதான் ஒக்காந்திருக்கன்.’

‘பாக்கிறவங்களுக்கு அப்பிடித்தான் தெரியும், ஆனா ஒன்னோட

ஒடம்பு மட்டும்தான் பெஞ்சுல இருக்கு, காது கண்ணு, மூச்சு எல்லாமே புளியமரத்தடியில இருக்கே.'

'நிய்யி சொல்றது வாஸ்தவம்தான், அத்தையோட வர்ர ஆம்பள யாருனு தெரிஞ்சுக்குற மனசு ஆலாப் பறக்குது.'

'கூடிய சீக்கிரம் தெரிஞ்சுக்கிருவ, பொறுமையா இரு, தெக்க வாட்டர் போர்டு ஆபிசு சொவரோரம் பாரு, நல்லா உத்துப்பாரு.'

புளிய மரத்தடி நிழலைப் பார்ப்பதை விட்டு விட்டு மைதானம் சொன்ன தெற்குப் பக்கச் சுவரை உற்றுப் பார்த்தான். சுவரின் நிழலில் இரு உருவங்கள் உட்கார்ந்திருப்பது தெளிவாய் தெரிந்தது.

'இது யாரு மைதானம், எங்க அத்தையா இல்ல...'

'அவசரப்படாத இது வேற, ஒங்க அத்தை இல்ல, யாருனும் சொல்ல மாட்டன், நிய்யிதான் கண்டுபிடிக்கணும்.'

'எனக்கு ரொம்ப ஆச்சரியமாவும், அருவெறுப்பாவும் இருக்கு.'

'புதுசாப் பாக்கையில்ல அதனால அப்பிடித்தான் இருக்கும், வருசக் கணக்கா, தெனமும் இப்பிடியான காட்சிகளப் பாத்துப் பாத்து எனக்கு சலிச்சுப் போச்சு, ராத்திரியில வேற ஒலகம் ஒன்னு நடக்கிறது, ரொம்பப் பேருக்கு தெரியல, இரவுப் பறவை, இரவு மிருகம், இரவுப் பூச்சினு நெறய்யா இருக்கு, அதே மாதிரி இரவு மனிதர்கள்னும் இருக்கு. இதுல வித்தியாசம் என்னன்னா, இரவுப் பிராணிகளையும் பறவைகளையும் பகல்ல பார்க்க முடியாது, இரவுல மட்டும்தான் பாக்க முடியும். ஆனா மனுஷங்க அப்பிடியில்ல பகல்ல வேற மனுஷனாகவும், ராத்திரி வேற மனுஷனாகவும் மாறிப்போயிறான், நேத்துலருந்து நிய்யி பாக்கிற அத்தை பழைய அத்தையில்லை புதிய அத்தை, என்ன பொன்மாடா ஒன்னுமே பேசாம இருக்க நான் சொல்றது தப்பா ரைட்டா.'

'நூத்துக்கு நூறு உண்மை, அது இருக்கட்டும், என்னென்னமோ பேசுற, நிய்யி யார்னு மட்டும் சொல்ல மாட்டயாக்கும்.'

'எங்கதயச் சொன்னா விடிஞ்சாலும் விடிஞ்சு போயிரும், அவ்வளவு பெரிய கத.'

'விடிஞ்சாலும் பரவாயில்ல சொல்லு.'

'ஆளக்காணும்னா, ஒம் பொண்டாட்டி வெளக்கு மாத்தால சாத்தப் போறா.'

‘புள்ள குட்டியோட அவுக அம்மா வீட்டுக்குப் போயிருக்கா வர ரெண்டு நாளாகும், சொல்லு.’

‘அவளாப் போனாளா இல்ல ஒங்க அத்தையோட ரகசியத்தைக் கண்டுபுடிக்க எடஞ்சலா இருக்கானு நிய்யி அனுப்பிவச்சயா.‘

‘சேச்சே. அதெல்லாம் இல்ல, அவளாத்தான் ஒரு சோலியா போயிருக்கா’

‘சரி, சொல்லமாட்டம்னு சொன்னாலும் விடமாட்ட, எனக்கும் யார்ட்டயாவது சொல்லணும்னு ஆசையா இருக்கு அதனால சொல்றன்.’

பொன்மாடன் காதை தீட்டிக்கொண்டு பெஞ்சில் நன்றாகச் சாய்ந்து உட்கார்ந்தான். அடிக்கடி ஒரு ஒற்றை ஆந்தையின் வீறிடல் மட்டும் விட்டு விட்டுக் கேட்டுக்கொண்டேயிருந்தது. வாட்டர் போர்டு காம்பவுண்டுச் சுவர் நிழலில் நிழலாடிய உருவங்கள் காணாமல் போயிருந்தன. புளியமர நிழல் இருள் படர்ந்து கிடந்தது. உறங்கிக்கொண்டிருக்கும் நாடோடிக் கூட்டத்திலிருந்து ஒரு குழந்தையின் அழுகையும், அதைத் தொடர்ந்து அந்தக் குழந்தையை சமாதானப்படுத்தும் தாயின் சத்தமும் அரிச்சலாய் கேட்டது. பொன்மாடன் பெஞ்சின் மேல் சாய்ந்து உட்கார்ந்திருப்பதை எளிதாக யாராலும் கண்டுபிடித்து விட முடியாது. அந்த அந்தகார நடுஇரவில் கரகரப்பான அலிக்குரலில் தன் கதையை மைதானம் சொல்லச் சொல்ல ஆச்சரியமாய் கேட்டுக்கொண்டிருந்தான் பொன்மாடன்.

‘இந்த மைதானத்து வடக்கோர மூலையில் ஒரு கோயில் இருக்கு பாத்தியா’

‘ஆமா காசிவிஸ்வநாதர் கோயில்’

‘அந்தக் கோயிலோட கதையும், ஒன்னோட வீட்டோட கதையும் சேர்ந்ததுதான் என்னோட கத.’

‘என்ன... என்னோட வீட்டோட கதையா?’

‘என்ன, வாயப்பொளக்கிறாப்லருக்கு, நிய்யி இப்ப இருக்கயே இந்த வீடு, ஒங்கப்பனுக்கு எப்படி வந்ததுணு தெரியுமா ? பிஞ்சு சாக்குத் தைக்கிற, கஞ்சிக்கு செத்த ஒங்க அப்பனுக்கு, நகரத்து நடுவுல, பங்களா மாதிரி இவ்வளவு பெரிய வீடு எப்படி வந்ததுனு நிய்யி கேக்கலயா? அந்தக் கதைய ஒங்க அப்பன் ஓங்கிட்டச்

சொல்லலையா.'

'சொல்லல ஆனா கொஞ்சங் கொஞ்சம் தெரியும், எங்க வீட்ல ஒரு பெரிய போட்டோ இருக்கு, அந்தப் போட்டோவுக்கு வெள்ளி, செவ்வாய்க்கு மாலை போட்டு சூடம் கொளுத்தி எங்க அப்பாவும் அம்மாவும் கும்புடுவாக, அது யாருனு ஒரு நாள் கேட்டப்போ தான், வீட்டப்பத்தின சில விஷயங்கள அப்பா சொன்னாரு, அந்தப் போட்டோவுக்கு இப்பவும் நான் அதே மாதிரி மாலை போட்டுக் கும்பிட்டு வாரன்.'

'அவரு பேரு அழகர்சாமி ரெட்டியாரு. அவருதான் ஒங்க வீட்டுச் சொந்தக்காரர், அத எப்பிடி ஒங்க அப்பாகிட்ட ஒப்படைச்சார் அப்பிடிங்கிறது பெரிய கத; அதே மாதிரி காசி விஸ்வநாதர் கோயில்னு இப்ப எல்லாரும் கும்புடுறாங்களே அது கோயிலே இல்ல, காசித் தேவரோட சமாதி, அது எப்படி கோயிலா மாறிப் போச்சுங்கிறதும் பெரிய கத. நான் எப்பிடி இந்த ஊரு நகராட்சிக்கு சொந்தமாகிப் போனம்ங்கிறதும் பெரிய கத.'

பொன்மாடன் நன்றாக வாயைப் பிளந்து கொட்டாவி விட்டான். எங்கோ தூரத்தில் நாயொன்று ஊளையிடும் சத்தமும், வாகனம் ஒன்று தடதடத்துச் செல்லும் சத்தமும் கேட்டது. பொன்மாடனால் தூக்கத்தைக் கட்டுப்படுத்த முடியவில்லை. இன்னொரு கொட்டாவி வெளியேறியது.

என்ன... பொன்மாடா தூக்கத்த அடக்க முடியலையா, அப்ப நாளைக்கு வா சொல்றன், இன்னும் கதைய ஆரம்பிக்கவே இல்லையே, அதுக்குள்ள வாய வாயப் பிளக்க, நிய்யி வாயப் பிளக்கப் போய்த்தான் ஒங்க அத்தை வந்திட்டுப் போனத கவனிக்கல.'

'என்ன... எங்க அத்தை வந்திட்டுப் போச்சா, நிய்யி ரொம்ப மோசம் மைதானம், எங்கிட்ட ஒரு வார்த்தை சொல்லியிருந்தா நானும் பார்த்திருப்பேன்ல்ல.'

'இப்ப என்ன கெட்டுப் போச்சு நாளைக்குப்பாரு, இந்த வாரம் முழுக்கப் பார்க்கலாம், எங் கதையக் கேக்கப் போறயா, இல்ல வீட்ல போயி ஒறங்கப் போறியா?'

'வீட்டுக்குப் போனாலும் ஒத்தையிலதான் ஒறங்கணும், வீட்ல ஒருத்தரும் இல்ல வெறுப்பா இருக்கும் நிய்யி சொல்லு.'

'ஒரு நாளைக்கு வீட்ல ஆளு இல்லன ஒடன வெறுப்பா

இருக்கும்னு சொல்றயே, எத்தன வருஷமா ஒத்தையில மட்ட மல்லாக்க இங்ணயே கெடக்கன் என் மனசு என்ன பாடுபடும்.'

'நிய்யா ஒத்தையில கெடக்க, நீ சொன்னா நான் நம்பணுமாக்கும், எத்தன வெதமான நாடோடிக வாராங்க, எத்தன வெதமான பறவைங்க இங்க தங்கியிருக்கு, ராத்திரியிலகூட எங்க அத்தைய மாதிரி ஜோடிங்க வர்ராங்க, பெறகு எதுக்கு ஒத்தையில இருக்கேன்னு வருத்தப்படுற.'

நாடோடிகள் வந்து தங்கிச் செல்லும் இடமாகவும், கூத்துக் கலைஞர்கள் வேஷங்கட்டும் இடமாகவும், போக்கற்றவர்களின் புகலிடமாகவும், வழிப்போக்கர்கள் இளைப்பாறிச் செல்லும் இடமாகவும், சமயங்களில் போதை வஸ்துகள் விற்கும் இட மாகவும் போதையேற்றியவர்கள் விழுந்து கிடக்கும் இடமாகவும், கள்ளஉறவில் ஈடுபடுபவர்களுக்கு தோதான இடமாகவும், அபூர்வமாக யானை கட்டும் இடமாகவும், சிறுவர்கள் விளையாடும் இடமாகவும் இருந்தது. இரவு மூன்று மணிக்கான மேல மில்லின் சைரன் பலமாய் கேட்டது.

'பொன்மாடா, இப்ப ஒங்க மாமா மில்லுக்குள்ள சாப்பிட உட்கார்ற நேரம், ஒங்க அத்த இங்க சாப்பிட்டுப் போய்ட்டா.'

'சரி சரி மைதானம் ஒங்கதையச் சொல்லு தூக்கம் போயிருச்சு.'

'இந்த மைதானம்ங்கிறது பொது வார்த்த உலகம் பூராவும் மைதானம் இருக்கு. ஆனா எங்களுக்குனு தனித்தனி பேர் இருக்கு, இப்ப என்னோட பேரு ராமசாமிதாஸ் பூங்கா, பொதுவா சொன்னா மைதானம். சரி, இருக்கட்டும் ஒவ்வொரு மைதானத்துக்கும் ஒரு பெரிய சரித்திரம் இருக்குங்கிறத நெறய்யாப் பேரு மறந்து போறாங்க. என்னயப்பத்திய சரித்திரம் இங்க எத்தன பேருக்குத் தெரியும், மகாத்மா காந்தி கேள்விப்பட்டிருக்கியா?'

'காந்தியத் தெரியாத மனுஷன் ஒலகத்துல உண்டா ?'

'அதே காந்தி இங்க வந்து எம்மேல நின்னு பேசிட்டுப் போயிருக்கார்னா நிய்யி நம்புவயா ?'

'கேட்கவே சந்தோஷமாகவும், ஆச்சரியமாகவும் இருக்கு'

'ஒங்க அத்தை வந்து படுத்து எந்திரிச்சுப் போறா பாரு, அதுக்குப் பக்கத்துல ஒரு சிமெண்ட் திண்டு இருக்கு பாத்தியா அந்த எடம்தான் மகாத்மா நின்னு பேசுன இடம். அதக்

குறிக்கத்தான் சிமெண்டால் மார்க் பண்ணியிருக்கு, அந்த எடத்த ஒங்க அத்தை தேர்ந்தெடுத்திருக்கானா காரணம் அமைதியான எடம், காந்தினால அமைதிதான, என்ன கேக்கயா பொன்மாடா.'

'சொல்லு சொல்லு, ஆச்சிரியமா இருக்கு கேக்கன்.'

'இனாம் மணியாச்சி காசித்தேவரோட தோட்டம் தான் இந்த மைதானம் பூங்கா எல்லாமே. மேல கடேசில பாரு ஒரு பெரிய கிணறு இருக்கும். அப்ப இந்தத் தோட்டம் ஊரவிட்டு வெகு தொலைவுல இருந்திருக்கு. வெவசாயம் கட்டுபடியாகல, அவுக பங்காளிகளுக்குள்ள கசபுசா, காசித்தேவரால சமாளிக்க முடியல. அதே நேரம் இந்த ஊரு நாலா பக்கமும் விஸ்தாரமாகிட்டு வருது, ரெண்டு மில்லு, தீப்பெட்டிக் கம்பெனிக, பட்டாசுக் கம்பெனினு தொழிற்சாலைக பெருகப் பெருக நகரம் விரிவடையுது. காசித்தேவர் தோட்டத்த விக்க முடிவு பண்ணிட்டார். ஆனாலும் அவருக்கு இந்தத் தோட்டத்து மேல ஆசையான ஆசை. ஏம்னா பூர்விகச் சொத்த விக்க மனசு வருமா ? வேற வழி இல்லாம வெலச் சொல்ல, பல பேரு கேட்டு வாராங்க, 'கடேசியா ராமசாமிதாஸ்னு ஒரு பஸ் மொதலாளிக்குப் பேசி முடிச்சாரு, அப்ப தேவர் ஒரு கண்டிஷன் போடுறாரு, என்னனா, நான் என்னைக்கு எறந்தாலும்' இந்தத் தோட்டத்துல மாரி மூலையில என்னைய அடக்கம் பண்ண எடம் குடுக்கனும் அப்படின்னு, சரினு சம்மதிச்சு, ராமசாமிதாஸ் கெரையம் பண்ணிட்டாரு, கெரையப் பத்திரத்துலயும் காசித்தேவரோட விருப்பத்த எழுதிப் பதிஞ்சாச்சு. பஸ் மொதலாளிக்கு சந்தோஷம்னா அப்பிடி ஒரு சந்தோஷம். தேவரு எறந்தா சமாதி கட்டுறதுக்கு மாரி மூலையில் கொஞ்சம் இடம் ஒதுக்கிப் போட்டுட்டு, வீட்டு மனைகளா பிளாட்டுப் போட்டு விக்கிறதுக்காகப் பிளாட்டுப் போட்டாச்சு, தோட்டம் கைமாறிப் போன கவலையோ என்னமோ, மறு மாசமே திடு திப்புனு காசித்தேவரு காலமாகிப் போனாரு. பத்திரத்தில எழுதுனபடி பஸ் மொதலாளி எடங் குடுத்திட்டாரு, தேவர அடக்கம் பண்ணுன கையோட, தோட்டம் வித்த ரூவாயவச்சு சின்னதா ஒரு கல்லறையும் கட்டி தேவரோட ஆசைய நிறைவேத்தி வச்சாச்சு, என்ன பொன்மாடா கேக்கயா இல்ல ஒறங்குறயா.'

'கவனமா கேக்கன் சொல்லு மைதானம்'

'தோட்டத்த வாங்குன பஸ் முதலாளிக்கு யோகம், அதுவரைக்கு

பஞ்சாயத்தா இருந்த ஊர நகராட்சியா மாத்தி அரசாங்கம் உத்திரவு போட்டுருச்சு, பிளாட்டு எல்லாமே நல்ல விலைக்கு விக்க ஆரம்பிச்சிருச்சு, நாலா திசையிலயும் நகரம் வேக வேகமா ஓடுது. என்னையும் தாண்டி நகரம் ஓடுது. என்னால நகரத்தோட வேகத்துக்கு ஓட முடியாததால இங்ஙனயே மட்ட மல்லாக்க கெடக்கன். ஆனா என்னோட மதிப்பும் மரியாதையும், விலையும் வானத்த நோக்கி மேல ஏறுது. அப்பப்பாரு சீப்புக்காரங்க அப்பிடினு ஒரு நாடோடிக் கோஷ்டி இங்க வந்து ரொம்ப நாளா தங்கியிருந்தாங்க, அவங்களோட வேல, ஊர் பூராவும் அலஞ்சு கழிவு ரோமம் பொறுக்கி சவுரி முடி தயாரிக்கிறதும் செத்த மாட்டோட கொம்புகள வாங்கியாந்து சீப்பு தயாரிக்கிறதும் பூர்விக தொழில். அந்தக் கூட்டத்துல காளியம்மானு ஒரு பொம்பள இருந்தா, அழகுனா அப்பிடி அழகு, சிவப்புனா சிவப்பு, அவளுக்கு பல் வலினு ஒரு டாக்டர்கிட்டப் போயிருக்கா, அப்புறம் அதே டாக்டர் வீட்ல சில நேரம் வீட்டு வேலயும் செய்யப் போயிருக்கா, காளியம்மாளோட புருஷனுக்கு இது புடிக்கல. சண்டை போட்டுட்டுக் கோபத்துல வெறுத்துப் போயி புளியமரத்துல தூக்குப் போட்டு செத்திட்டான். அந்தப் புளிய மரத்துக்கு அடியிலதான் ஒங்க அத்தை நாடகமாடுறா. ஆக எனக்கு வடக்க காசித்தேவர் சமாதி. தெக்க காளியம்மா புருஷன் செத்துட்டான். காளியம்மா புருஷன் சாகும்போது அவ நாலு மாசம் முழுகாம இருக்கா. நாலஞ்சு மாசம் கழிச்சு புள்ளப் பெத்திட்டா, ஆம்பளப் புள்ள, செக்கச் செவேர்னு அப்பிடியே டாக்டர உரிச்சு வச்சிருக்கு, அவுக கூட்டத்துல அவளால மொகங்குடுக்க முடியல, அவமானம் தாங்காம பச்சப்புள்ளயவும் கெணத்துக்குள்ள போட்டுட்டு தானும் விழுந்து செத்துட்டா, மேலக்கடேசியில இருக்குபாரு, காசித்தேவரு கமலை ஏறச்சு சம்சாரித்தனம் பார்த்த கெணறு, விடியக் கருக்கல்ல தாயும் புள்ளையும் ஊதிப்போயி மெதந்துட்டாக, ஊர்ச்சனம் அம்புட்டும் கூடி நின்னு ஹே... னு வேடிக்க பார்த்தாக.'

'அப்ப வடக்க காசித்தேவரு சமாதி, தெக்க காளியம்மா புருஷன் தூக்குல தொங்கிட்டான், மேற்க காளியம்மாளும், புள்ளயும் கெணத்துல விழுந்து செத்தாக, ஜனங்க இந்தப் பக்கம் வரவே பயப்பட்டுருப்பாங்களே.'

'கொறக்கதையவும் கேளு, இந்த மைதானத்து நடுவுல ஒரு

வாசக சாலை இருக்கு பாரு இங்க வர்ரவங்க ஒக்காந்து புஸ்தகம் படிக்க அது நகராட்சி கெட்டுனது இல்ல, ஒருத்தரோட வீடு.'

'வீடா, என்ன மைதானம் கத விடுற, அரசாங்கத்தோட எடத்துல தனியாருக்கு வீடு எப்பிடி வந்தது.'

'பாக்கியம் பிள்ளைன்னு ஒரு ரிடையர்டு தாசில்தார், காசித் தேவர்கிட்டருந்து, ராமசாமிதாஸ் வாங்குன ஒடன பிளாட் வாங்கி நடுவுல வீடு கட்டுனவரு, ரிடையர்மென்ட் பணத்தையெல்லாம் போட்டு பங்களா மாதிரி கெட்டுனாரு பாவம் குடியிருக்க முடியல.'

'ஏன் முடியல, என்னாச்சு, சொல்லு மைதானம்.'

இன்னும் கொஞ்ச நேரத்தில் பொழுது விடிந்து விடும். நேரம் போனதே தெரியவில்லை. குளிர் மெல்லக் கவிந்து வந்தது. இரு கால்களையும் பெஞ்சின் மேல் வைத்துக் கொண்டு குறுகி உட்கார்ந்து கதையைக் கேட்க ஆவலோடு இருந்தான். குரலற்ற வெறுமை பயத்தை உண்டு பண்ணியது.

'என்ன பொன்மாடா ரொம்பக் குளிருதோ.'

'குளிர்ந்தாலும் பரவா இல்ல கொறக் கதையவும் சொல்லு.'

'அந்த தாசில்தார் பொண்டாட்டி பேரு சூர்யத்தம்மா. ஆளு இத்தத்தண்டி இருப்பா, பூசணிப் பழம் போல, ஒரு நாள் ராத்திரியில முத்தத்துல ஒக்காந்து ஒரு பொம்பள புள்ளைக்கு பால் கொடுத்திட்டு இருக்கா, கால் நீட்டி ஒக்காந்திருக்கா, இந்தம்மா கிட்டத்துல போய் நின்னு உத்துப் பாத்திருக்கு, நெறய்யா நாடோடிக வந்து தங்குறதுனால, அந்தக் கூட்டம்னு நெனச்சு மெதுவா பேச்சுக் குடுத்திருக்கு.'

'யாரும்மா நிய்யி, இன்னேரம் இங்க வந்து ஒக்காந்திருக்க.'

'யாருனு தெரியலையோ, என்னோட எடத்துல வந்து நிய்யி வீடு கட்டுனதுமில்லாம என்னய யாருனு கேக்க, சொல்றன் கேட்டுக்கோ, கெட்ன புருஷன் இல்ல, புள்ள இல்ல, நாதியில்லாத அனாதையா இருக்க இடமில்லாம, இந்தா இருக்குபாரு கெணறு, அதுக்குள்ள குடியிருக்கன், பச்சப்புள்ளக்காரி, பேரு காளியம்மா.'

'சொல்லி வாய் மூடல உருவத்தக் காணோம். கெணத்துக் குள்ளருந்து டமிர்னு தண்ணிக்குள்ள விழுகிற சத்தம், பாவம் சூர்யத்தம்மா போட்ட கூப்பாட்லயும், அது சொன்ன கதையிலயும் பிள்ளையவாள் வெலவெலத்துப் போய்ட்டாரு, அத்தோட

போயிருந்தாலும் பரவாயில்ல, வெள்ளி, செவ்வாய்க்கு கெணத்துல கமலை எறைக்குற சத்தம் விடாம கேட்ருக்கு, மூணாம் பக்கம் பிள்ளையவாள், புதுசாக் கெட்ன வீடுனு கூடப் பாக்காம, இனிமே இந்த திசைக்கே வரமாட்டன்னு போய்ட்டாரு, போனவரு போனவருதான் அட்ரசே இல்ல.'

'அடக் கடவுளே. ரிடையர் ரூவா எல்லாம் நாசமாப்போச்சே.'

'தாசில்தார் வேலையில சம்பாதிச்சதுதான, பிள்ளையவாள் இது மாதிரி இன்னும் பத்து வீடு கட்டுவான். அந்த வீடுதான் இந்தப் படிப்பகமாக்கும்.'

'அத்தோட சரி, ரொம்ப வருஷமாச்சு, வீடு பாழடஞ்சு பேய் வீடுனு பேராகிப்போச்சு. ஒரு பய எடம் வாங்கவுமில்ல, வாங்குனவங்க வீடு கட்டவுமில்ல. ஊரு மட்டும் விஸ்தாரமாகிக் கிட்டே வரவும், ராமசாமி தாஸ் பாத்தாரு, இந்தச் சொத்து எல்லாத்தையும் நகராட்சிக்கு எழுதி வச்சிட்டாரு. காசித்தேவர் கண்டிஷன் போட்ட மாதிரியே இவரும் சில கண்டிஷன் போட்டாரு. என்னன்னா, இந்த மைதானத்துல பாதிய பூங்காவா மாத்தனும், மீதிய அப்பிடியே வெட்ட வெளியா மைதானமா வச்சிருக்கணும், எந்த விதக் கட்டடமும் கட்டக் கூடாது, எப்பனாலும் நாடோடிங்க வந்து தங்கிப் போக அனுமதிக்கணும், சின்னப் புள்ளைங்க வந்து விளையாட ஏற்பாடு பண்ணிக் குடுக்கணும், எந்தக் காரணத்தக் கொண்டும் சுத்தி காம்பவுண்ட் சொவரு கட்டக் கூடாது. பூங்காவுக்கு ராமசாமிதாஸ் பூங்கானுபேரு வைக்கனும். இதுக்கெல்லாம் கட்டுப்பட்டுத்தான் நகராட்சி இத பராமரிச்சுட்டு வருது, அதனாலதான் பூங்காவுக்கு மட்டும் காம்பவுண்ட் சுவர் கெட்டியிருக்கு, நான் இப்பிடி வெட்ட வெளியா மட்ட மல்லாக்க கெடக்கன், ஒங்க அத்தை மாதிரி ஆளுங்களுக்கு ரொம்ப தோதாப் போகுது.'

'மைதானம், வருத்தப்படாத இது ஒரு புண்ணியம். எத்தன வெதமான நாடோடிக இங்க குடும்பம் நடத்திப் புள்ளப் பெறுறாங்க, எத்தன உசுப்பிராணிக ஆடு, மாடு, கழுத, பன்னி, நாய் எல்லாமே ஒன்னோட தைரியத்துலதான் இங்க வந்து உடலுறவு கொள்ளுது, கொழந்த குட்டி பெறுது, எவ்வளவு பெரிய புண்ணியம்.'

'அது சரி, ஆடு, மாடு, கழுத, பன்னி, நாய மட்டும் சொல்லிட்டு ஒங்க அத்தைய மட்டும் விட்டுட்ட...'

'எங்க அத்தையோட வர்ற மாமா ஆருனு சொல்லு மைதானம்.'

'நிய்யி ஆம்பளதான கண்டுபிடி, பக்கத்து வீடுதான, இது மாதிரி எத்தன ஜோடிங்களோட கத எங்கிட்டு இருக்கு தெரியுமா? எல்லாத்தையும் மனசுக்குள்ள வச்சுப் பூட்டிட்டு அப்புராணியா ஒன்னுமே தெரியாதவ மாதிரி கெடக்கன்.'

பூங்காவின் சுவரை ஒட்டிச் செல்கிற சாலையில் சைக்கிள்கள் போகும் சத்தமும், பால்காரர்களின் மணிச்சத்தமும் கேட்டன.

'சரி, பொன்மாடா சீக்கிரமா கெளம்பு காசிவிஸ்வநாதர் கோயிலுக்கு பூஜை வைக்க ஐயர் வந்திருவாரு, ஒன்னயப் பாத்தார்னா, மைதானத்த யாரோ அசிங்கப்படுத்துறாங்கனு நெனச்சு சத்தம் போடுவாரு, காசிதேவரு குடுத்து வச்சவரு, நித்தப் பூச, யாருக்குக் கெடைக்குது.'

'சரி மைதானம் நாளைக்கு வருவன், எங்கய்யாவுக்கு எங்க வீடு கெடச்ச கதையச் சொல்லனும், அத்தோட எங்க அத்தைகூட வார மாமா யாருனும் சொல்லணும்.'

'சரி, சரி. வா. பாப்பம்.'

வீட்டில் யாரும் இல்லாததாலும் இரவு முழுக்க மைதானத் துடன் பேசிக்கொண்டிருந்ததாலும் தூக்கம் கண்களைச் சொக்கியது. அவனுடைய அத்தை இப்போது பழைய அத்தையாகத் தெரிய வில்லை. அடிக்கடி இப்போதெல்லாம் அத்தையின் நெனப்பு வந்து போவதைத் தவிர்க்க இயலவில்லை. இரகசியங்களின் சூட்சமத்தை அறிந்துகொள்ள எல்லோருடைய மனசும் இப்படித் தான் பரபரக்குமோ என்று எண்ணியபடியே படுத்தான். போட்டோக்களின் நடுவில் சிரித்துக்கொண்டிருந்த அழகர்சாமி ரெட்டியாரின் கதையையும், அத்தையுடன் வரும் மாமாவையும் மைதானம் ராத்திரி எப்படியும் சொல்லும் என்ற நம்பிக்கையில் தூங்கிப் போனான்.

மத்தியான சாப்பாடு கூட சாப்பிடாமல் சாயங்காலம் எழுந்தான் பொன்மாடன். ஊர் ஒடுங்கக் காத்திருந்தான். மேல மில்லின் பத்து மணி ஊத்தத்துக்காக காதைத் தீட்டி வைத்திருந்தான். மாமாவின் சைக்கிள் முற்றத்தில் இருந்ததை உற்றுப் பார்த்தான். இன்னும் கொஞ்ச நேரத்தில் கிளம்பினால்தான் பதினொரு மணிக்கு மில்லுக்குள் போக முடியும் என்று நினைத்துக்கொண்டான்.

கூடவே அத்தையின் முகமும் நிழலாடிச் சென்றது.

யுத்த களத்தில் செத்துக் கிடப்பவர்களைப் போல் தாறு மாறாகப் படுத்து தூங்கிக்கொண்டிருந்தார்கள் பலவித நாடோடிக் கூட்டத்தார். மரக்கிளைகளிலிருந்து சில தொட்டில்களும் ஊஞ்சலாடின. நேற்று உட்கார்ந்திருந்த அதே பெஞ்சில் காது களைத் தீட்டிக்கொண்டு உட்கார்ந்திருந்தான் பொன்மாடன். ஒரு சின்ன அசைவையும்கூட காது உள்வாங்கிக்கொண்டிருந்தது. தனக்குப் பின்னாலிருந்து மைதானத்தின் அலிக்குரல் கேட்கவும் ஆவலோடு திரும்பிப் பார்த்தான். வாசக சாலைக்குப் பக்கத் திலிருந்து குரல் வந்ததை யூகித்து எழுந்து நடந்தான்.

'பொன்மாடா . இப்பிடி படிப்பகத்து படியில் உக்காரு, மறைப்பு இருக்கு பாத்தியா, குளிர் தெரியாது, ஒறங்குற கூட்டத்துல ஒன்னு ரெண்டு முழிச்சாலும் பாவம், ஓம் உருவம் தெரிஞ்சா, அவுக சந்தோஷம் போயிரும்.'

'நிய்யி சொல்றதும் சரிதான், அவுக சந்தோஷத்த நம்ம எதுக்கு கெடுக்கணும்.'

'அப்படின்னா, ஒங்க அத்தையவும் பேசாம விட்ற வேண்டியதான'

'அந்த ஆம்பள யாருனு தெரிஞ்சுக்கிறலாமேனுதான்.'

'தெரிஞ்சு என்ன செய்யப் போற...'

'... ...'

'என்ன பதிலக் காணும், இது மாதிரி எனக்கு நூறு ரகசியம் தெரியும், தெரிஞ்சு என்ன செய்ய, இல்ல அவுக திருந்திருவாகனு நெனச்சியா? வேணும்னா எடத்த மாத்துவாக.'

'நிய்யி சொல்றது கரெக்ட்தான் மைதானம்.'

'மனசு ஆத்தாம ஒரே ஒரு ஜோடிய மட்டும் வெரட்டி விட்டன்.'

'அது யாரு மைதானம்'

'யாருனு சொல்ல மாட்டன், வெவரத்த மட்டும் சொல்றன், கேட்டுக்கோ, பக்கத்து வீடு தான், அவ புருஷன் பால் வியாபாரம் பண்ணுறவன், சாமம் போல எந்திருச்சு பால் பண்ணைக்குப் போய்ட்டு, அப்பிடியே யாவாரத்துக்குப் போயிருவான். ஒருநாள் ராத்திரி சாமம் போல இவ பைய்யா உள்ள வந்தா. கொஞ்ச நேரத்துலயே இவ பின்னாலயே ஒரு சின்னப்பய, பள்ளிக்கூடம்

படிக்கிறபய வந்தான். இவளுக்கு அஞ்சு பிள்ளைக, சரி எதுக்கோ வாராகனு நெனச்சு மெத்தனமா இருந்தன். பல பட்டற அந்த மரத்துல சாந்துக்கிட்டு, சின்னப்பயலக் கட்டிப் புடிச்சா பாரு, எனக்கு விருளி அத்துப் போச்சு. பாவம் அந்தப் பய, இத எப்பிடியாவது கலைச்சிறனும்னு நெனச்சு, பக்கத்துல போயி ரெண்டு தொரத்தல் தொரத்தி, இறுமல் போட்டன், கூடவே நச் நச்சுனு ரெண்டு தும்மல், ரெண்டு பேரும் ஓடுன ஓட்டம் இன்னக்கி நெனச்சாலும் சிரிப்பாத்தான் வருது. அதுக்குப் பெறகு இங்கிட்டு வரல, பய பள்ளிக்கூடம் படிக்கானோ இல்ல இந்தப் பலபட்டறையிட்ட பாடம் படிக்கானோ, ஆரு கண்டா.'

'அந்தப் பய யாரு, அந்தப் பொம்பள யாருனு கேட்டா நிய்யி சொல்லமாட்ட, அத நிய்யே வச்சுக்கோ, நம்ம கதைக்கு வா, எங்க வீடு, அந்தப் போட்டோ அதப்பத்திச் சொல்லு.'

இந்த இரண்டு நாட்களாக மைதானத்துடன் பேசப் போய்த் தான், மைதானங்களின் மகிமைகளை உணர ஆரம்பித்தான். நாடெங்கும் இருக்கும் மைதானங்கள் ஒவ்வொன்றும் பல இரகசியங்களையும், அபூர்வமான சம்பவங்களையும், போராட்டங் களையும், இரத்தக் களரிகளையும் சுமந்துகொண்டிருப்பதை நினைத்துப் பார்த்தான். சாலையில் எரியும் மின்விளக்குச் சிதறல் ஒளியில் தான் இந்தப் படியில் உட்கார்ந்திருப்பதை யாராலும் பார்க்க முடியாது என்று எண்ணிக்கொண்டான்.

'என்ன பொன்மாடா, கப்சிப்னு மௌனமா உட்காந்திருக்கியே ரெண்டு நாளா வீட்ல பொண்டாட்டி இல்லேங்கிற கவலையா.'

'சேச்சே . அதெல்லாம் ஒன்னுமில்ல நிய்யி சொல்லு'

'ஒங்க வீடு அடுத்த தெருவுல இருந்துச்சு, ஒங்க அப்பா தெனமும் சாயங்காலம் இங்க வருவாரு, அப்ப அவரு கூட கையப் புடிச்சுக்கிட்டே நிய்யும் வருவ, அப்பிடி ஒரு நாள் வரும் போது, அந்தா தெரியுது பாரு, அந்த வேப்பமரத்தடியில வெள்ளையும் சொள்ளையுமா ஒரு ஆள் படுத்துக் கெடக்கிறத ஒங்க அப்பா பாத்திட்டு, வேத்தாள் மாதிரி தெரியுதேனு எழுப்பி ஆருனு கேக்க, அவருதான் அழகர்சாமி ரெட்டியாரு.'

'இங்க எதுக்கு வந்து கெடந்தாரு.'

'இப்ப நீங்க இருக்கீகளே அந்த வீட்டோட ஓனரு. ரெட்டியாருக்கு

ரெண்டு புள்ளைக. ஆண் ஒன்னு, பெண் ஒன்னு, ரெண்டு புள்ளப் பெத்தப் பெறவு இவரோட பொண்டாட்டி, ரெண்டு புள்ளயவும் கூட்டிக்கிட்டு தாய்மாமன்கூட ஓடிப் போயி ரெண்டாந்தாரமா ஒட்டிக்கிட்டா. மொதத்தாரம் இவளோட ஒடப் பெறந்த அக்கா, தங்கச்சியவும் ஏத்துக்கிட்டா. பாவம் ரெட்டியாரு அவ்வளவு பெரிய வீட்ல ஒத்தையில கெடந்து சீரழிஞ்சாரு. வீடு பூர்விக வீடு, ரெட்டியார் கூடப் பொறந்தவங்க ரெண்டு தம்பிக, ரெண்டு தங்கச்சிக இவர்தான் மூத்தவரு தலப்புள்ள. பொண்டாட்டி ஓடிப்போனப் பெறவு யாருமே சொந்தம் பந்தம் இங்க எட்டிக் கூடப் பாக்கல. கடேசில இவரோட தம்பிக, தங்கச்சிக எல்லாம் சேர்ந்து வீட்ட விக்க முடிவு பண்ணிட்டாங்க, நகரத்தோட நடுவுல பூங்காவ ஒட்டி, ரோடு வசதி, தண்ணி வசதி இருக்கு பெரிய வீடு பாரு, வாங்குறதுக்கு நான், நீனு போட்டி.'

'இப்படி வீட்ட விடுவாங்களா, வெலச் சொன்னா போதாதா.'

'ஆனா, ரெட்டியாரு வீட்ட விக்க சம்மதிக்கவே முடியாதுனு தலையக் குலுக்கிட்டாரு, ஏம்னா, வீட்ட வித்தாச்சுனா இவரு பங்குக்கு வர்ர ரூவாயில, பொண்டாட்டிக்கும், புள்ளைகளுக்கும் பங்கு குடுக்கணும், ரூவா கரைஞ்சு போனப் பெறவு வாடக வீட்ல போயி குடியிருந்து வாடக குடுக்க முடியாதுனு யோசிச்சு கையெழுத்து போட முடியாது, நான் செத்தப் பெறகு வித்துக் கோங்கனு ஒத்தக்கால்ல நின்னுட்டாரு.'

'பெறகு'

'பெறகென்ன, அவரோட தம்பிக ரெண்டு பேரும் வந்து இவர அடிச்சு வெரட்டிட்டு, வீட்டப் பூட்டி சாவியக் கொண்டு போய்ட்டாங்க. பாவம் ரெட்டியாரு யார்யார்ட்டயோ சொல்லிப் பாத்தாரு, ஒன்னும் நடக்கல, பெறகென்ன, எல்லார்த்தயும் போல, என் கால்மாட்ல வந்து படுத்துட்டாரு, ஒன்னுமே வழியில்லனா எல்லாரும் வர்ற எடம் என்னோட நிழல்தான்.'

'ம்... சொல்லு மைதானம், எதுக்கு நிறுத்திட்ட...'

'நான் சொல்றது இருக்கட்டும், ஒங்க அத்தையப் பாக்கப் போறம்னு சொன்னியே, போ, போயி பாத்துட்டு வா, புளிய மரத்து தூர்ல பாரு, தெரியுதா'

'அத்தையத்தான் தெனமும் பாக்கேன்ல்ல, அத்தையோட வார

மாமாவத்தான் யாருனு பாக்க ஆசையாயிருக்கு.'

'கூடிய சீக்கிரம் அத நிய்யி தெரிஞ்சுக்கிருவ பொன்மாடா.'

'ரெட்டியாரு இங்க வந்து படுத்தப் பெறகுதான் ஒங்க அப்பா கண்ணுல தட்டுப்பட்டாரு, ஒடனே ஒங்கப்பா அவர ஒங்க வீட்டுக்கு கூட்டிட்டுப் போயி, வேற துணிமணிக குடுத்து உடுத்தச் சொன்னதுமில்லாம, சோறு தண்ணி குடுத்துட்டு, நேரா ரெட்டியா ரோட தம்பிமாருககிட்டப் போயிப் பேசியிருக்காரு, எப்படின்னா, ஒங்கண்ணன் மருந்தக் குடிச்சி சாகப் போறாரு, சாவுக்கு நீங்க ரெண்டு பேரும்தான் காரணம்னு, லெட்டர் எழுதி வச்சிருக்காரு செத்தா, நீங்க ரெண்டு பேரும் ஜெயிலுக்குப் போறது உறுதினு சொன்ன ஒடன பயந்து போயி ரெண்டு பேரும் வீட்டுச் சாவியக் குடுத்திட்டான், அதே வீட்ல, மாடியில ஒரு ரூம்ல இவரக் குடியிருக்க வச்சிட்டு, வீட்ட வேற ஒரு ஆளுக்கு வாடகைக்கு விட்டு, அந்த வாடகைய வாங்கி ரெட்டியாரு சாப்பிட்டுட்டு இருந்தாரு, ஒங்க அப்பாவக் கையெடுத்துக் கும்பிட்டாரு, நல்லது பெல்லதுக்கு ஒங்க அப்பா அவருக்கு பலகாரம், பட்சணம் குடுக்க, நல்லா கவனிச்சுக்கிட்டாரு, எப்பிடியோ ரெட்டியார் மேல ஒரு பிடிப்பு ஒங்க அப்பாவுக்கு, மத்தப்படி சொந்தபந்தங் கெடையாது, அவரு வேற ஜாதி, நீங்க வேற ஜாதி.'

'அது இருக்கட்டும் மைதானம், அந்த வீடு எப்பிடி எங்க அப்பாகிட்ட வந்தது அதச் சொல்லு.'

'ரொம்ப நாளா ரெட்டியாரு வாடகைய வாங்கிச் சாப்பிட்டு கிட்டு நல்லாத்தான் இருந்தாரு, நீங்க அடுத்த தெருவுல வாடக வீட்ல இருந்தீக, நீ சின்னப்புள்ள, சொந்தபந்த ஆதரவு இல்ல, ஒரு அனாதை மாதிரிதான் இருந்தாரு, தவிச்ச தண்ணி குடுக்கக் கூட ஆள் இல்ல, வயசும் ஆகிப் போச்சா, பாவம் மனுஷன் சிந்திச்சுப் பாத்திருக்காரு, பிய்யி, மூத்திரத்தோட கெடந்து சீரழிஞ்சா கேவலம், கவுரமா சாகனும்னு முடிவு பண்ணி, ராத்திரியோட ராத்திரியா உத்தரத்து தூண்ல தூக்குப்போட்டு நாண்டுக்கிட்டாரு. ராத்திரி முழுக்க தொங்கியிருக்காரு, நாக்கு தொங்கி, கண் முழி பிதுங்கி பாவம், பாக்கவே பயங்கரமா இருந்துச்சுனு பேசிக்கிட்டாங்க.'

'அய்யய்யோ அப்புறம் என்னாச்சு மைதானம்.'

'அவுக தம்பிமார்களும் தங்கச்சிமாருக, பொண்டாட்டி, புள்ளைக எல்லாருமே இதுக்காகத்தான காத்துக்கிட்டு இருந்தாக, போலீஸ் கேசாயிருச்சு, சாகுறதுக்கு முன்னால அவர் எழுதுன கடிதம் ஒன்னு அவரோட சட்டைப் பையில இருந்து போலிஸ் எடுத்தது.'

'கடிதத்துல என்ன எழுதியிருந்தாரு பாவம்.'

'இந்த வீட்ட யாருக்கு வித்தாலும், வாடகைக்கு விட்டாலும் யாரையுமே இங்க குடியிருக்கவிட மாட்டன், பேயா வந்து அவங்கள வெரட்டுவன், கொல செய்யவும் தயங்க மாட்டன், இந்த வீட்ட ஒங்க அப்பாவுக்குதான் விக்கனும், அப்படின்னு தெளிவா எழுதி வச்சிட்டாரு. கோபத்துல என்னத்தையாவது எழுதியிருப்பார்னு, அத யாரும் பெரிசு படுத்தல. அடக்கம் பண்ணுன கையோட வீட்ட வெள்ளையடிச்சு, பெயிண்ட் அடிச்சு, மில்லுல வேல பாக்கிற ஒரு ஆளுக்கு வாடகைக்கு விட்டுட்டாங்க, ரெட்டியாரோட பொழுதுபோக்கு என்னன்னா ஒரு சின்ன ரேடியோ பெட்டி, எந்நேரமும் அவரோட தலமாட்லயே இருக்கும், ஈஸி சேர்ல படுத்த மானைக்கு அத கேட்டுக்கிட்டே இருப்பாரு, அந்த ரேடியோப் பெட்டியவும் அவரு கூடவே எரிச்சுட்டாங்க.

'அடப்பாவிகளா அவருமேலதான கோபம், ரேடியோப் பெட்டி என்ன செஞ்சது, அந்த அளவுக்கு அவர் மேல வெறுப்பு, ரேடியோப் பெட்டி இருந்தா, அதப் பாக்கும் போது அவரோட ஞாபகம் வருமில்லையா? அதனாலகூட எரிச்சிருக்கலாம். அந்தக் குடும்பம் அந்த வீட்டுக்கு வாடகைக்கு வந்து ரெண்டு மாசம்தான் ஆகியிருக்கும், ஒரு நாள் அதிகாலையில அந்த வீட்டம்மா கோலம்போட முத்தத்துக்கு வந்துருக்கு, விடிஞ்சும் விடியாத மம்மிருட்டு, ரெட்டியார் இருந்த மாடி ரூம்ல இருந்து ரேடியோ பேசுற சத்தம் வருது, இதென்னடா கூத்து, நம்ம வீட்லதான் ரேடியோவ இல்லையேனு பரபரப்போட ஜன்னல் வழியா எட்டிப்பாத்தா அங்க ரெட்டியாரு கால்நீட்டி ஈஸி சேர்ல படுத்துக் கெடக்காரு, ரேடியோவுல விடியக்காலைல தென்கிழக்கு ஆசிய நேயர்களுக்குனு ஒரு நியூஸ் வாசிப்பான். அத எல்லாருமே விரும்பிக் கேப்பாங்க, ரெட்டியாருக்கு நியூஸ்னா உயிரு.'

'ஆகாசவாணி செய்திகள் வாசிப்பது சரோஜ் நாராயணசாமி அவ்வளவுதான், இதக்கேட்டதும், அந்த வீட்டம்மா போட்ட

கூப்பாட்டுல தெருவே கூடியிருச்சு, அங்க போய்ப் பாத்தா ரேடியோவும் இல்ல, ரெட்டியாரும் இல்ல, அன்னைக்கே வீட்டக் காலி பண்ணிட்டு ஓடியே போய்ட்டாங்க.'

'கண்ணாரக் கண்ட பெறவு, அந்த வீட்ல குடியிருக்க முடியுமா.'

'அதுக்குப் பெறவு, ஒரு வாத்தியாரு வாடகைக்கு வந்தாரு, பாவம், அப்புராணி மனுஷன், வந்த ரெண்டு மாசம் தான் மேலருந்து ராத்திரியில ரேடியோப் பாட்டு கேக்குது, வதனமே சந்திர பிம்பமோ, மன்மதலீலையை வென்றார் உண்டோ' போயி எட்டிப் பாத்தா அதே மாதிரி, ரெட்டியாரு படுத்தமானைக்கு பாட்ட ரசிச்சுக்கிட்டு கெடக்காரு, மறுநாளே வீடு காலி. அப்புறமா பேய் வீடுனு பேராகிப் போச்சு, யாருமே வாடகைக்கு வரல. வெலச் சொன்னாங்க ஒரு ஈங்குஞ்சிகூட கேட்டு வரல. பெறகுதான் ஒங்க அப்பாவக் கொண்டாந்து, கெஞ்சிக் கூத்தாடி, வாடகைக்கு வச்சாங்க, நீங்க எல்லாம் எளவட்டமாகுறது வரைக்கு வாடகைக்குத் தான் இருந்தீக, ரெட்டியாரு கடிதத்துல எழுதுனபடியே ஓங்கள ஒன்னும் செய்யல, சும்மா குடுத்தது மாதிரி ஒங்க அப்பாவுக்கு வித்திட்டு, அவரோட தம்பிமாருக இந்த ஊரவிட்டே போய்ட்டாங்க. அந்த நன்றிக்காகத்தான், ஒங்க வீட்ல ரெட்டியாரோட போட்டாவ மாட்டி வெள்ளி, செவ்வாய்க்கு மால போட்டு ஒங்க அப்பா கும்புடுறாரு, இன்னிக்கு இந்த வீடு எத்தன லட்சம் குடுத்தாலும் கெடைக்காது.'

தங்களுக்கு இந்த வீடு எப்படி வந்தது என்ற கதையைக் கேட்டவனுக்கு ஆச்சரியம் தாங்கவில்லை. ரெட்டியாரின் போட்டாவுக்கு, தன் அப்பா செய்ததைப் போலவே தானும் மாலை போட்டுக் கும்பிட்டு வருவது சரிதான் என்பதை நினைத்துக் கொண்டான். சாமம் ஆகிவிட்டபடியால் வீட்டுக்குப் புறப் பட்டான். திடீரென்று வடக்குத் திசையிலிருக்கும் வேப்பமரத்தி லிருந்து வித்தியாசமான பறவை ஒன்றின் வீச்சென்ற சத்தம் கேட்டது. இதுவரை பொன்மாடன் இப்படியான சத்தத்தைக் கேட்டதே இல்லை. ஆச்சரியமாய் உணர்ந்தான்.

'என்ன பொன்மாடா பயந்துட்டியா'

'இது என்ன சத்தம் மைதானம்'

'சாவு குருவினு ஒரு குருவி, அது ராத்திரியிலதான் வெளியில

வரும், இப்பிடி கூப்புட்டா, பக்கத்துல சாவு விழும், சந்தேகமே இல்லை' மைதானம் பேச்சை நிறுத்திக்கொண்டதால், பயம் பற்றிக்கொண்டது. வேகவேகமாக எட்டுவைத்து வீட்டுக்கு நடந்தான். வாசற்படியை மிதித்த உடனேயே கிழக்காமல் ஏறிட்டுப் பார்த்தான். அத்தையின் வீட்டில் ஆளரவமும், சத்தமாக பேசும் பேச்சரவமும் நடப்பதை உணர்ந்தான். பொன்மாடன் அத்தையின் வீட்டை எட்டிப் பார்த்தபோது, மாமா உள் வாசலில் கோபமாக உட்கார்ந்திருந்தார். பிள்ளைகள் கவலையுடன், அழுததற்கான அடையாளங்களுடன் சோகமாக உட்கார்ந் திருந்தார்கள். பொன்மாடன் மாமாவிடம் இலேசாகப் பேச்சுக் கொடுத்தான்.

'என்ன மாமா, ராத்திரி வேலதான'

'ராத்திரி வேலதாம்ப்பா, பஞ்சு தட்டுப்பாடா இருக்குனு, வீட்டுக்குப் போகச் சொல்லிட்டான், சரினு இங்க வந்து பாத்தா, வீட்ல ஒங்க அத்தையைக் காணல. தெரு பூரா தேடியாச்சு, நடுச் சாமத்துல வேற எங்க போயி தேட, விடிஞ்சுதான் தேடனும், இன்னேரம் போயி வெசாரிச்சா சொந்த பந்தங்க என்ன நெனப்பான், நம்ம மூஞ்சியில காறித்துப்புவான்.'

பொன்மாடனுக்கு என்ன சொல்வதென்று தெரியவில்லை. மனசைக் கல்லாக்கிக் கொண்டான். அத்தையின் மீது மாமா வைத்திருந்த நம்பிக்கை கொஞ்சங் கொஞ்சமாகக் குறைந்து கொண்டு வருவதைப் போலவே, இருளும் விலக விலகப் பொழுது விடிந்துகொண்டிருந்தது. கொஞ்ச நேரத்துக்கெல்லாம் மைதானத்தை நோக்கி ஜனங்கள் பரபரப்பாக ஓடிக்கொண்டு இருந்தார்கள். பொன்மாடனும் ஆவலோடு ஓடிப்போய் கூட்டத்தை விலக்கி எட்டிப் பார்த்தான். அத்தை தூக்கில் தொங்கிக் கொண்டிருந்தாள். அதே மரக்கிளையில் தொங்கிய ஆண் உருவத்தை அடையாளம் பார்த்த பொன்மாடன் வாயடைத்துப் போனான். மயக்கம் வருவதைப் போல் உணர்ந்தவன் தரையில் கையூன்றி உட்கார்ந்துகொண்டான். அவனால் கிரகிக்கவே முடியவில்லை. சாவுகுருவி கூப்பிட்டதையும் சாவு விழும் என்று மைதானம் சொன்னதையும் நினைத்துப் பார்த்து படபடப்புடன் பெருமூச்சுவிட்டான் பொன்மாடன்.

மைதானம் என்றைக்கும் போல் அமைதியாய் கிடந்தது. அது

சேமித்து வைத்திருக்கும் பல நூறு சரித்திரங்களுடன், இந்தச் சம்பவத்தையும் சேர்த்துக்கொண்டது. இந்த உலகத்தில் உள்ள அத்தனை மைதானங்களையும் எண்ணிப் பார்த்தான். துர்மரணங்களையும், இரத்த சாட்சியங்களையும், சம்பவங்களையும், கால்தடங்களையும், தன்னகத்தே மறைத்து வைத்துக்கொண்டு ஒரு படிக்க முடியாத புத்தகத்தைப் போல் ஊர் முழுவதும் வெட்ட வெளியாய் கிடக்கும் பல மைதானங்களையும் காப்பியங்களைப் போல் பார்த்தான். மைதானத்தை நோக்கியிருந்த திறந்தால் மைதானம் தெரியும்படியாக இருந்த ஜன்னலை நிரந்தரமாக மூடினான். மைதானத்திற்குப் போவதை அடியோடு நிறுத்திக் கொண்டான். தன் அத்தை முகத்தை மறக்க முடியவில்லை. ஆனால் அங்கு தங்கிச் செல்லும் நாடோடிகள், என்றைக்கும் போல் வந்துபோய்க்கொண்டிருந்தார்கள். எந்தப் பயமும் இல்லை. ஏனெனில் மைதானம் சேமித்து வைத்திருக்கும் சரித்திரங்கள் சம்பவங்களைவிட அதிகமாகவே நாடோடிகள் சேர்த்திருக்கிறார்கள். ஒவ்வொரு மைதானமும் எப்படி ஒரு புத்தகமோ அதேமாதிரி ஒவ்வொரு நாடோடியும் ஒரு அபூர்வ புத்தகமே.

௸

படித்துவிட்டீர்களா?

சோ. தர்மனின் பிற படைப்புகள்

தூர்வை *(நாவல்)*

பக்கம்: *256*, விலை: ₹ 280

ISBN: 978 81 7720 268 7

கூகை *(நாவல்)*

பக்கம்: *336*, விலை: ₹ 350

ISBN: 978 81 7720 269 4

சூல்

பக்கம்: *512*, விலை: ₹ 500 *(நாவல்)*

ISBN: 978 81 7720 264 9

பதிமூனாவது மையவாடி *(நாவல்)*

பக்கம்: *368*, விலை: ₹ 320

ISBN: 978 81 7720 310 3

வெளவால் தேசம் *(நாவல்)*

பக்கம்: *304*, விலை: ₹ 320

ISBN: 978 81 7720 337 1

நீர்ப்பழி *(சிறுகதைகள்)*

பக்கம்: *600*, விலை: ₹ 600

ISBN: 978 81 7720 311 0

அன்பின் சிப்பி *(சிறுகதைகள்)*

பக்கம்: *160*, விலை: ₹ 160

ISBN: 978 81 7720 302 92